பேய் இருக்கா? இல்லையா??

At Last the Million Dollar Question Revealed

notionpress.com

பேய் இருக்கா? இல்லையா??

At Last the Million Dollar Question Revealed

ஜெனித்குமார்

notionpress.com

Notion Press

Old No. 38, New No. 6

McNichols Road, Chetpet

Chennai - 600 031

First Published by Notion Press 2016

ISBN 978-93-5206-637-7

ஆசிரியர் குறிப்பு

என் பெயர் ஜெனித்குமார். நான் ஒரு ME பட்டதாரி. நான் என் குடும்பத்தாரோடு நாகர்கோயிலில் வசித்து வருகிறேன். நான் தற்பொழுது ராஜாஸ் பொறியியல் கல்லூரியில் உதவி பேராசிரியராக பணிபுரிகிறேன்.

எனக்கு கதை உருவாக்கும் திறமை இருப்பதை ஐந்து வருடங்களுக்கு (2010) முன் தற்செயலாக உணர்ந்து கொண்டேன். அது, நான் BE முடித்து வேலைதேடி தனிமையில் இருந்த போது, அந்த தனிமையே என் சிந்தனையை தூண்டி கதையாய் வெளிப்பட்டது. அதுவே காலப்போக்கில் முழு நேர வேலையும் ஆனது. நேரம் கிடைக்கும்போதெல்லாம் சிந்தித்து சிந்தித்து உருவான கதைகளுக்கு உருவம் கொடுக்க மனது துடிக்க ஆரம்பித்தது. திரைத்துறையில் இந்த கதைகள் உருவம் பெற வேண்டும் என்ற எண்ணம் காலபோக்கில் வெறியாக மாறியது. ஆனால் கதை எழுத முடிந்த எனக்கு திரைத்துறையில் அதை கொண்டு போக அதிர்ஷ்டமும் இல்லை, குடும்ப சூழலும் அனுமதிக்கவில்லை.

காலம் உருண்டோடின, 3 வருடங்களுக்கு பின் (2013) நான் ME முடித்து ராஜாஸ் பொறியியல் கல்லூரியில் உதவி பேராசிரியராக பணிபுரியும் அந்நேரத்தில் எனக்கு திரைத்துறையில் உள்ள ஆர்வத்தை உணர்ந்த என் நண்பர்கள் சிலர் கொடுத்த தன்னம்பிக்கையும் தைரியமும் நான் குறும்படம் எடுக்கும் அளவுக்கு என்னை உயர்த்தியது. நான் எடுத்த முதல் குறும்படம் பேய் இருக்கா இல்லையா... அதை தொடர்ந்து 5 குறும்படம் எடுத்தேன். ஆனால் சந்தர்ப்ப சூழ்நிலை என்னை அதில் தொடர விடவில்லை...

திரும்பவும் கதை எழுத ஆரம்பிதேன், அப்பொழுது அடிக்கடி சென்னைக்கும் போய் வந்தேன், நான் சினிமாகாரன் நான் சினிமாகாரன் என்று ஏமாற்ற பல பேர் வந்தனர், வெறுத்தே போனேன். இப்படி போய்கொண்டிருந்த என் வாழ்கையில் திடீர் திருப்பமாக என் நண்பன் மூலமாக ஒரு சினிமா தாயாரிப்பாளரை சந்திதேன். நான் இயக்கிய, பேய் இருக்கா இல்லையா குறும்படத்தின் கதையை சினிமாவுக்கு ஏற்றார் போல் எழுதி அவரிடம் சொன்னேன். அவருக்கும் கதை பிடித்திருந்தது, ஆனால் அவரோ இரண்டு வருடங்கள் காத்திருக்க சொல்ல மனதில் பயம் வர ஆரம்பித்தது.

இந்த நேரத்தில் தான் இணையத்தில் **Notion Press** பற்றி அறிந்தேன்.

அவர்கள் தந்த நம்பிக்கையில் நான் எழுத்தாளனாக மாற முடிவெடுத்தேன்.

ஆனால் திரைத்துறையில் சாதிக்க நினைத்த என்னை எழுத்தாளனாக மாற்றிய பெருமை என் துரதிஸ்டத்தையே சேரும்... எனினும் நான் எழுத்தாளனாக இருக்க பெருமை-படுகிறேன்...

அதிஷ்டம் இல்லாத எந்த ஒரு திறமையும் வெற்றி அடையும்வரை மதிக்கபடாது... ஆகையால் எனது மதிப்பி-ற்கான, எனது அடையாளத்துக்கான தேடல் இந்த புதுபயணம்...

இந்த முயற்சி வெற்றியடைந்து விரைவில் இந்த கதை திரைப்படமாக வெளிவரும் என்கிற நம்பிக்கையோடு ஆரம்பிக்கிறேன்... இது மட்டுமில்லை இனி என் கதைகள் அனைத்தும் திரைப்படத்துக்கான தேடலோடு தொடர்ந்து வெளிவந்து கொண்டே இருக்கும்.

அத்தியாயங்கள்

கதாபாத்திரங்கள்

- பெரியவீட்டு கதிர் (வயது 29), அவன் காதல் மனைவி அஞ்சலி (வயது 25)
- கதிர் நண்பன் சிவா (வயது 28), அவன் காதலி தனியார்புலனாய்வாளர் திவ்யா (வயது 26)
- அஞ்சலியின் பள்ளிதோழி மதுமிதா (வயது 25), அவள் கணவன் அருண் (வயது 30)
- திவ்யாவின் அண்ணன் காவல்துறை மேலாளர் கண்ணன் (வயது 32) மற்றும் காவலர் ராஜ் (வயது 35)
- டாக்டர் பிரேம் (வயது 40), மருத்துவமனை ஊழியர் கார்த்திக் (வயது 28)
- ஆனைமலை சாமியார் (வயது 60) மற்றும் சாமியார் உதவியாள் (வயது 45)
- பாலாஜி (வயது 27) மற்றும் அவன் நண்பன் செல்வன் (வயது 25)

முன்னுரை

இந்த கதை பேய் இருப்பதாய் நம்பாத சிவா, கதிர் எனும் இரண்டு நண்பர்களை சுற்றி அவர்கள் வாழ்கையில் 24 மணிநேரத்தில் நடக்கும் மர்மங்களும் திருப்பங்களும் நிறைந்த திடுக்கிடும் த்ரில்லர், கடேசியில் அந்த விடை தெரியாத கேள்விக்கு விடையோடு முடிகிறது...

1. ஆரம்பம்

பிப்ரவரி 15, 2015, காலை 9.00AM

கதிர் தன்னுடைய பெரிய வீட்டின் மாடியில் நின்று கொண்டு உங்களை பார்த்து பேசுகிறான்...

"பேய் இருக்கா? இல்லையா?? நீங்க நம்புறீங்களா?? என்னை கேட்டால் பேய்லாம் இருக்க வாய்ப்பே இல்ல... பேய் இருக்குன்னு எவனாது சொன்னான்னா, அவன மாதிரி முட்டாள் யாருமே இல்ல... ஆனா இது எல்லாமே நேற்றுவரைக்கும் தான்... இப்போது நிலைமையே மாறி போச்சி... அப்படி என்னதான் நேத்து நடந்துச்சி..."

பதட்டத்தோட உங்களையே பார்கிறான்.

24 மணி நேரத்துக்கு முன்

பிப்ரவரி 14, 2015, காலை 9.00AM

சாலையோரத்தில் ஒரு இருசக்கர வாகனம் வேகமாக போய்க்கொண்டிருகிறது.

வாகனத்தை ஓட்டுவது அருண், அவன் பின்னால் அமர்ந்து வருகிறாள் அவன் மனைவி மதுமிதா. அருண் தன்னுடைய மனைவியை தன் நெருங்கிய உறவினர் திருமணத்துக்கு கூட்டிட்டு போகிறான். மழை லேசாக தூறல் போடவே, மழை படாமல் இருக்க மதுமிதா முந்தானையால் தன்னுடைய தலையோடு அருண் தலையையும் சேர்த்து மூடுகிறாள். வாகனம் வேகமாக போகிறது.

வாகனம் ஒரு பாலத்தின் பக்கம் வரும்போது சாலையில் ஒரு சிறிய பள்ளத்தில் மழை நீர் நிரம்பி இருக்க, அருண் வண்டியை அந்த பள்ளத்தில் விடுகிறான். வண்டி நிலைத்தடுமாருகிறது, அப்போது தான் அவனுக்கு புரிகிறது அந்த பள்ளம் அவன் நினைத்ததை விட பெரியது என்று...

எனினும் நேரம் கடந்து விட்டதால் வண்டியோடு இருவரும் கீழே விழுகிறார்கள், அருண் சாலையில் போய் விழ அவன் மனைவி மதுமிதவோ சாலையோர மழைநீர் சகதியில் போய் விழுகிறாள், அருண் சாலையில் இருந்து மெதுவாக எழும்புகிறான், அவனுக்கு அடி ஏதும் பெரிதாக படவில்லை.

பின்னர் அவன் கீழே சகதியில் கிடக்கும் மதுமிதாவை பார்கிறான்.

அருண் பதட்டத்தோடு, “ஐயோ! செல்லம் அடியேதும் பட்டிச்சாடா...,” விசாரிக்கிறான்.

ஆனால் மதுமிதவோ அவனை கோபமாக முறைத்துக்கொண்டே, “அரமண்டயா... பாத்து ஓட்டமாட்ட...,” சகதியிலேயே கிடக்கும் அவள் அவனை திட்ட ஆரம்பிக்கிறாள்.

அருணோ வண்டியோடு அவளை கீழே போட்ட குற்ற உணர்ச்சியில் அவளை சமாளிக்க தெரியாமல் கோமாளித்தனமாக முழிக்கிறான்.

பெரிய வீடு

அங்குதான் கதிர் தன் காதல் மனைவி அஞ்சலியுடன் வாழ்ந்து வருகிறான். அவர்கள் இரண்டு வருடம் கழித்து குழந்தை பெத்துக்கலாம் என்றிருக்க, இப்பொழுது அவர்களுக்கு திருமணம் ஆகி ஏறக்குறைய இரண்டு வருடங்கள் ஆகிவிட்டது. அவன் மென்பொருள் பொறியாளர்.

அந்த பெரிய வீடு இரண்டு மாடி பழைய வீடு. சுற்றிலும் மதில் சுவர் இருக்க, ஆனால் மதில் சுவர் கதவு எப்பொதும் திறந்தே இருக்கும்.

வீட்டு கதவை திறந்தால் முதலில் ஒரு வராண்டா, அடுத்து நடுஅறை, அதன் வலது பக்கத்தில் குளியலறை இருக்க, நடுஅறையின் இடது பக்கத்தில் சமையல் அறை, சமையல் அறைக்கும் நடுஅறைக்கும் நடுவே மாடி படி.

அப்படியே படியேறி முதல் தளத்துக்கு போனால் மேலே ஒரு நடுஅறை, அதன் வலது புறம் குளியலறை இருக்க, அதன் இடது புறம் படுக்கையறை, அதன் பக்கத்தில் மாடி படி.

அப்படியே படியேறி இரண்டாம் தளத்துக்கு வந்தால் ஒரே ஒரு அறை இருக்கும். அதை திறந்து வெளியே வந்தால் மொட்டை மாடி.

கதிர் தன்னுடைய சிறுவயதில் ஒரு விபத்தில் தன் பெற்றோரை இழந்து நிற்கும் போது அவனுக்கு ஆறுதலாய் அவன் தனிமையை தன்னுள் மறைத்தது அந்த வீடுதான். ஆனால் இப்போது அவன், மனைவி வேலையென ஓய்வில்லாமல் இருப்பதால் இப்போது அந்த வீடு கவனிப்பில்லாமல் பாழடைந்து பார்க்க கொஞ்சம் பயங்கரமாகவே காட்சியளிக்கும்.

அன்று, பிப்ரவரி 14, 2015, காலை 9.30AM

பெரிய வீட்டில் முதல் தளத்தின் படுக்கை அறையில் அஞ்சலி நல்ல தூங்கிக்கொண்டிருக்க பக்கத்தில் கதிர் தன் மடிக்கணினியில் வேலை பார்த்துக் கொண்டிருகிறான்.

அப்போது கதிருடைய போன் மணி அடிக்கிறது, போனை எடுத்து பார்க்க சிவாவின் பெயரில் அழைப்பு வருகிறது.

சிவா கதிரின் நம்பிக்கைக்குரிய நெருங்கிய நண்பன்.

கதிர் போனை எடுக்க சிவா பேச ஆரம்பிக்கிறான், “மச்சி... எப்படி இருக்கடா?”

அதற்கு கதிர், “என்னடா அதிசயமா இருக்கு... காலங்காத்தால கால் பண்ணிருக்க... நீ இவ்ளோ சீக்கிரம் முழிக்க மாட்டியே... என்ன விஷயம்டா...,” கேலி செய்கிறான்.

சிவா, “கிண்டல் பண்ணாதடா.... நானே பதற்றத்தல இருக்கேன்...” போனில் கோபப்படுகிறான்.

கதிர், “கோபப்படாதடா... அப்படி என்ன பிரச்சன உனக்கு?”

சிவா, “இன்னைக்கு பிப்ரவரி 14 லாடா....”

கதிர், “அப்படியா...சரி அதுக்கு என்ன?? அதனால உனக்கு என்ன பிரச்சனை??” கேள்விகளை அடுக்குகிறான்.

“நீ காதலிச்சி கல்யாணம் பண்ணினனு வெளிய சொல்லாத சரியா... பிப்ரவரி 14 காதலர் தினம் டா...” கடுப்புடன் சொல்லி முடிக்கிறான் சிவா.

“ஓ...ஆமா இல்ல...” கதிருக்கு நினைவு வருகிறது, “சரி அதுக்கென்னடா?”

“நான் இன்னைக்கு திவ்யா கிட்ட என் காதல சொல்ல போறேன்...,”சிவா சொல்லிக்கொண்டு வெட்கப்படுகிறான்.

“வாவ் சூப்பர்... ஆனா மூணு வருசமா இதத்தான் சொல்ற, இன்னைக்காவது சொல்லி தொல...,” சலித்துக் கொள்கிறான் கதிர்.

சிவா, “இல்ல மச்சி கண்டிப்பா சொல்லிருவேன், இன்னைக்கு அவள விடுறதா இல்ல...”

“ஆனா லவ்வ பாத்து சொல்லுடா, அவ பிரைவேட் டிடெக்டிவ் வேற, துப்பாக்கிலாம் வச்சிருப்பா, சட்டுன்னு கோவப்பட்டு துப்பாக்கில சுட்டிடப்போறா,” சொல்லிக்கொண்டு கதிர் சிரிக்கிறான்.

சிவா, "ஏன்டா?? என்னைக்காவது தான் எனக்கு தைரியம் வரும், அதையும் இல்லாம பண்ணப்பாக்குற.... சரி நீ உடனே கிளம்பி கிப்ட் கடைக்கு வா...."

"நா எதுக்குடா? நீ தான லவ்வ சொல்லப் போற... பிரச்சன ஏதும் வந்தா என்ன மாட்டி விட்டுட்டு நீ தப்பிக்க பாக்குறியா??" கதிர் கேள்வி கேட்கிறான்.

"ஐயோராமா??" சலித்துக் கொள்கிறான் சிவா," அவளுக்கு ஒரு கிப்ட் வாங்கணும்டா.... நீ தான் லவ்ல திறமைசாலி ஆச்சே. அதான் இப்போ நீ தான் வந்து எனக்கு ஒரு நல்ல கிப்ட்-ஐ தேர்ந்தெடுத்து தரப்போற...," சிவா, தான் போன் பண்ணின காரணத்தை ஒரு வழியாக சொல்லி முடிக்கிறான்.

"டேய்... மன்னிச்சிரு மச்சி," கதிர் கெஞ்சல் குரலில் பேசுகிறான், "இப்போ என்னால வர முடியாதுடா. உனக்கு தான் தெரியுமே, அஞ்சலி சுகமில்லாம இருக்கா, மாத்திரை போட்டு தூங்குறா, அவள இப்போ எழுப்ப முடியாதுடா.... அதனால..." கதிர் அப்படியே குரலை இழுக்கிறான்.

"டேய்..." சிவா கோபமாக பேச ஆரம்பிக்கிறான், "உன்ன விட்டா எனக்கு யாருடா இருக்கா?? வாழ்க்கையில ரொம்ப முக்கியமான நாள் மச்சி. எனக்கு ஏதும் தெரியாது... நா கிப்ட் கடைக்குப்போறேன்... அரைமணி நேரத்துல அங்கவரணும். அவ்ளோதான்...," மூச்சி விடாமல் பேசி போனை வைக்கிறான் சிவா.

கதிர், "டேய். டேய்..." ஆனால் பதில் பேச்சி இல்லாததால் போனை எடுத்துப்பார்கிறான். அவன் நினைத்தபடியே போன் கட் ஆகி இருக்கிறது, "ச்சே.... போன வச்சிட்டானா?"

சலிப்போடு போனை தன் சட்டைப்பையில் வைத்து-விட்டு எழும்புகிறான்.

மெத்தையில் அஞ்சலி நல்ல தூங்கிக்கொண்டிருக்க, அவன் அவள் கிட்ட வந்து அவள் நெத்தியில் முத்தமிடுகிறான், பின்னர் மெத்தை விரிப்பை எடுத்து அவளை முழுவதுமாக மூடுகிறான்.

பின்னர் அவன் படுக்கை அறையை விட்டு வெளியே வந்து படியில் கீழே போகிறான். வீட்டுக்கு வெளியே வரும் கதிர் அங்கிருக்கும் தன்னுடைய இருசக்கர வாகனத்தில் பெரிய வீட்டில் இருந்து கிளம்புகிறான்.

2. எங்கே சிவா? பகுதி 1

12 மணி நேரத்துக்கு பின்...

பிப்ரவரி 14, 2015, இரவு 9.30PM

சாலையில் தனியார் துப்பறிவாளர் திவ்யா தன்னுடைய பைக்கில் போய்க்கொண்டிருகிறாள்.

திவ்யா நல்ல துடித்துடிப்பான பெண். அவளிடம் தான் இன்று காலை சிவா தன் காதலை சொல்ல போவதாக கதிரிடம் சொன்னான். சிவாவும் திவ்யாவும் மூன்று வருடங்களாக பழகினாலும், இருவருக்குமே மனதில் காதல் இருந்தாலும், அதை யார் சொல்வது என்ற தயக்கத்தில் மூன்று வருடத்தை கடத்தி விட்டனர்.

அன்று அவள் தன்னுடைய வீட்டிற்கு பைக்கில் போய்க்கொண்டிருக்க அவள் போன் மணியடிகிறது, உடனே பைக்கை ஓரமாக நிறுத்தி போனை பார்க்கிறாள்.

சிவாவின் பெயரில் அழைப்பு வருகிறது. திவ்யா போனை எடுத்து பேச ஆரம்பிக்கிறாள், “சிவா சொல்லுடா...”

“திவ்யா... திவ்யா...” பதட்டத்தோடு பேசுகிறான் சிவா, “என்ன காப்பாத்து... என்ன எப்படியாது காப்பத்திரு... அவங்க என்ன கொண்ணுருவாங்க, அவங்க என்ன எப்படியும் கொண்ணுருவாங்க...”

திவ்யா பதட்டமாகிறாள், “என்னடா சொல்ற? நீ இப்போ எங்க இருக்க?”

“ஐயோ...” சிவா அலறுகிறான்.

சிவாவின் அந்த மரண அலறலை கேட்ட திவ்யா மேலும் அதிர்ச்சியாகி, “ஹலோ... ஹலோ... சிவா....”

ஆனால் பதில் பேச்சி இல்லாமல் இருக்கவே போனை எடுத்துப்பார்கிறாள் திவ்யா. போன் கட் ஆகி இருக்கிறது, அதிர்ச்சியாகும் திவ்யா திரும்ப சிவாவுக்கு போன் பண்ணுகிறாள்.

ஆனால் போனை சிவா எடுக்க வில்லை, அதற்கு பதிலாக ஒரு குரல் ஒலித்தது.

“நீங்கள் தொடர்பு கொள்ளும் வாடிக்கையாளர் எண் தொடர்பு எல்லைக்கு வெளியே உள்ளது...”

திவ்யாவின் பதட்டம் அதிகமாகிறது. அவள் தனியார் துப்பறிவாளர் ஆனபோதிலும் சிவாவுக்கு என்ன ஆகிருக்கும்னு அவளால் யோசிக்ககூட முடியவில்லை.

“இவனுக்கு என்னவாகி இருக்கும்னே தெரியலையே...,” பதட்டத்தில் புலம்பிக்கொண்டிருக்கும் திவ்யாக்கு சட்டென ஒரு யோசனை தோன்றுகிறது.

அவள் அண்ணன் கண்ணன் காவல்துறை மேலாளர். அவனுக்கு போன் பண்ணுகிறாள்.

காவல் நிலையத்தில் இருக்கும் கண்ணன் திவ்யாவின் அழைப்பு வர போனை எடுத்து பேசுகிறான், “சொல்லு திவ்யா.”

“அண்ணா ஒரு பிரச்சன...” பதட்டதோடே பேசுகிறாள், “சிவா இப்போ கால் பண்ணினான்”

கண்ணன், “ம்ம்ம்....”

திவ்யா, “யாரோ அவன கொண்ணுருவாங்க... காப்பாத்து காப்பாத்துன்னு சொன்னான்... அப்புறம் ஒரு பயங்கர அலறல் சத்தம் கேட்டுது, அப்புறம் போன் கட்

ஆகிட்டு... திரும்ப கால் பண்ணினா தொடர்பு எல்லைக்கு வெளியேன்னு வருது.... எனக்கு என்ன பண்ணனே தெரியல... ரொம்ப பயமா இருக்கு, அவனுக்கு ஒன்னும் ஆகிருகாதுலா...” பயத்துடனையே பேசி முடிகிறாள்.

கண்ணன் போனில், “திவ்யா அவன் நிஜமா தான் சொன்னானா?? உன் கிட்ட ஏதும் விளையாட போறான்...”

திவ்யா, “இல்லணா... அவன பத்தி எனக்கு நல்லா தெரியும்... அவன் கண்டிப்பா எதோ பிரச்சனைல தான் இருக்கான்....”

“சரி அப்போ அவனோட போன் நம்பர் எனக்கு மெசேஜ் பண்ணு... எந்த இடத்தில அவன் போன் ஆப் ஆச்சின்னு நான் கண்டுபிடிக்கிறேன், அப்புறம் அவன் கடைசியா உன்கிட்ட எங்க போறேன்னு ஏதாவது சொன்னானா? ஏதாவது நியாபகம் இருக்கா??” கண்ணன் பேசி முடிக்கிறான்.

திவ்யா யோசிக்கிறாள், அப்போது அவளுக்கு சிவாவை அவள் கடைசியாக இன்று காலையில் சந்தித்த போது அவன் பேசியது நினைவுக்கு வருகிறது.

உடனே திவ்யா, “அண்ணா... நான் இன்னைக்கு காலையில உடுப்பி ஹோட்டல்ல அவன சந்திச்சேன்.... அவன் அப்போ ஆனைமலை சாமியாரை பார்க்க போறதா சொன்னான்....”

“ம்ம்... நல்லது... நீ உடனே அந்த ஆனைமலை சாமியார போய் பாரு... நான் சிவா போன் நம்பர் வச்சி அவன் இருக்கிற இடத்தை கண்டுபிடிக்கிறேன்”

“சரி. அண்ணா...” திவ்யாக்கு இப்போதுதான் கொஞ்சம் நிம்மதியாய் இருக்கிறது.

உடனே போனை வைத்து விட்டு சிவாவின் போன் நம்பரை கண்ணனுக்கு மெசேஜ் பண்ணுகிறாள்.

பின்னர் தன் வண்டியை திருப்பி கொண்டு ஆனைமலை சாமியாரை பார்க்க கிளம்புகிறாள்.

சாமியார் மடம்

அன்று இரவு 10.00PM

திவ்யா தன்னுடைய இருசக்கர வாகனத்தில் ஆனை மலை சாமியார் மடத்துக்கு முன்னே வருகிறாள்.

அந்த சாமியார் மடம் ஒரு சிறிய கூரை வீடு. திவ்யா மடத்தை ஒரு விசை பார்த்துவிட்டு தன்னுடைய வாகனத்தை சாலையோரத்தில் நிறுத்தி கொண்டு மடத்தை நெருங்குகிறாள்.

கதவுகிட்ட வரும் திவ்யா கதவை பார்க்க, கதவு லேசாக திறந்தே இருக்கிறது, அதை முழுவதுமாக துறந்து உள்ளே பார்க்கிறாள் திவ்யா.

உள்ளே எலும்புகூடு, குங்குமம் மஞ்சள் என படுபயங்கரமாய் காட்சியளிக்க அதன் முன்னே ஒரு சிகப்பு கம்பளம் தரையில் விரிக்கப்பட்டிருக்கிறது. திவ்யா மெதுவாக உள்ளே போகிறாள். அந்த இடத்தை பார்த்ததுமே ஒரு இனம்புரியாத பயம் அவளை தொற்றிக்கொள்கிறது.

உள்ளே அந்த சிகப்பு கம்பளத்துக்கு நேரே மேலே ஒரு ஆளோட புகைப்படம் தொங்க விடப்பட்டு இருக்கிறது. காவி உடையில் தாடியுடன் அறுபது வயது மதிக்கத்தக்க அந்த மனிதர் அந்த புகைபடத்தில் முறைத்து கொண்டிருக்க, திவ்யா அதையே பார்த்துகொண்டிருக்கிறாள். அப்போது அங்கு ஒரு கை அவள் பின்னால் நெருங்கி வந்து அவள் முதுகை தொட பயத்தில் அலறலோடு திரும்புகிறாள் திவ்யா.

பின்னால் காவி உடையில் ஒரு ஆள் நிற்கிறான்.

பயந்த திவ்யா அவனை முறைக்கிறாள்.

ஆனால் அந்த ஆளோ அவளை பார்த்து லேசாக சிரித்தபடி பேசுகிறான்..., "யார் நீங்க... சாமியார பாக்கணுமா?"

கோவமாகும் திவ்யா ஆவேசத்தில் பேசுகிறாள், "யோவ்... இப்படி தான் பயம் காட்டுவியா? எப்பா... உயிரே போயிட்டு... ஆமா நீ தான் அந்த ஆனைமலை சாமியாரா?"

அதற்கு அந்த ஆள், "இல்லைங்க... அந்த புகைப்படத்துல இருக்கிறவர் தான் ஆனைமலை சாமியார்."

திவ்யா திரும்பி திரும்பவும் அந்த புகைபடத்தை பார்க்கிறாள்...

அந்த ஆள் பேசுகிறான், "அவர் வெளிய போயிருக்கார்.... நான் அவரோட உதவியாள்."

திவ்யா, "ஓஹோ... அவர் எங்க போயிருக்கார்.... நா அவர உடனே பாக்கணுமே...."

சாமியார் உதவியாள், "அவர் எங்க போயிருக்கார்னு தெரியல... நான் இன்னிக்கு 5 மணி போல தான் இங்க வந்தேன்... நான் இங்க வந்த போது அவர் இங்க இல்ல.... வெளிய எங்கயாது பேய் ஓட்டத்தான் போயிருப்பார்.... நீங்க வேணும்னா நாளைக்கு வந்து பாருங்களேன்..." பொறுமையாக பேசி முடிக்கிறான்.

திவ்யா கோபத்தில், "நான் சாமியார பார்க்கவரல, அவர பார்க்க என் நண்பன் ஒருத்தன் வந்தான், இப்போ அவன காணோம், அவன தேடி தான் வந்தேன்... சரி சாமியாரோட போன் நம்பர் தாங்க... நா அவர் கிட்ட பேசனும்..."

சாமியார் உதவியாள் நிதானமாக, "இல்லங்க... சாமியார் போன் உபயோகப்படுத்துறது இல்ல, உங்க நண்பனுக்கு போன் இல்லையா??"

திவ்யா, "இருக்குது, ஆனால் அவனோட போன் அணைஞ்சி இருக்கு. அவன் எதோ பெரிய ஆபத்துல மாட்டிட்டு இருக்கான்..." படப்படப்பாகிறாள்.

சாமியார் உதவியாள், "ஓ... அப்படினா அவங்க பேரு ராசி நட்சத்திரம் எல்லாம் கொஞ்சம் சொல்லுங்களேன்??"

பதற்றத்தில் இருக்கும் திவ்யாக்கு அவன் கேட்டது கேலி பண்ணுவது போல் இருக்க அவன் மேல் திரும்பவும் கோவமாகிறாள், "ஏன்? அவனுக்கு ஜோசியம் ஏதும் பார்க்க போறியா??" சொல்லிக்கொண்டு அவனை முறைக்கிறாள்.

சாமியார் உதவியாள் பொறுமையாக, "இல்லங்க... வெத்தலைல மை போட்டு பாத்தா அவர் எங்க இருக்காருன்னு தெரிஞ்சிரும்... அதான் கேட்டேன்..." பதில் கூறுகிறான்.

ஆனால் இந்த பதில் அவள் கோவத்தை இன்னும் அதிகபடுத்தியது, "என்ன விளையாடுறியா... மை போட்டு பார்க்கிறதுலாம் நம்புற அளவுக்கு நான் ஒன்னும் முட்டாள் இல்ல... சாமியார்னாலே பேய் பிசாசுன்னு ஊர ஏமாத்துற மோசடி கூட்டம் தான. நான் ஒரு தனியார் துப்பறிவாளர்..."

திவ்யா தன்னுடைய அடையாள அட்டையை ஆவேசத்தோடு காட்டி, "சாமியார் எங்கனு எனக்கு இப்போ தெரிஞ்சாகனும்??" சொல்கிறாள்.

சாமியார் உதவியாள் பொறுமையாகவே, "ஏங்க இப்படி பேசுறிங்க? நான் சொல்றது உங்களுக்கு புரியலையா?? நீங்க எங்க சாமியாரயோ, இல்ல மை போட்டு பார்கிறதயோ எதையும் நம்பவேண்டாம் ஆனா உங்க நண்பனோட ராசி நட்சத்திரத்த சொல்றதுல உங்களுக்கு என்ன குறைய போகுது?? ஒரு வேளை அது உங்க நண்பன கண்டுபிடிக்க உதவியா இருந்த்திச்சினா?? அதுக்கு நீங்களே ஏன் தடையா இருக்கணும்??" மூச்சி விடாமல் பேசி முடிக்கிறான்.

திவ்யாவின் கோவம் குறைகிறது, “ம்ம்ம்... பேரு சிவா.... கடக ராசி... ஆயில்யம் நட்சத்திரம்....”

“ம்ம்ம்ம்...ஒரு நிமிஷம்...” சாமியார் உதவியாள் உடனே கீழே விரித்திருக்கும் அந்த சிவப்பு கம்பளத்துக்கு பக்கத்தில் தரையில் உட்காருகிறான். அங்கிருந்து ஒரு வெத்தலையை எடுத்து அதில் மை தடவுகிறான்.

திவ்யா அவனையே பார்த்து கொண்டிருகிறாள். ஒரு படபடப்பான இரவாக அன்று இரவு மாறி கொண்டிருக்க கீழே இருந்து வெத்திலையில் மை தடவிய சாமியார் உதவியாள் திவ்யாவை பார்த்து பேச ஆரம்பிக்கிறான், “ம்ம்ம்... சிவா கே.கே நகர், தெற்கு தெருவுல மூணாவது வீட்ல இருக்கான், அது கொஞ்சம் பழைய பெரிய வீடு மாதிரி தெரியுது...”

இவன் வாய்க்கு வந்ததை பேசுரானா? இல்ல உண்மையாவே சிவா அங்க தான் இருக்குறான என புரியாமல் திவ்யா முழித்து கொண்டிருக்க, அவளின் போன் மணியடிகிறது, எடுத்துப்பார்க்கிறாள். போனில் திவ்யாவின் அண்ணன் காவல்துறை மேலாளர் கண்ணன்.

உடனே எடுத்து பேசுகிறாள், “அண்ணா. சொல்லுங்க....”

கண்ணன், “ம்ம் திவ்யா. சிவா போன் கடைசியா கே.கே நகர், தெற்கு தெருல தான் ஆப் ஆகிருக்கு... அங்க எங்கயோ தான் அவன் இருக்கனும்...” சொல்லி முடிக்கிறான்.

உடனே திவ்யா, “ஆமாணா... அவன் இருக்கிறது அங்க இருக்கிற மூணாவது வீட்ல, அது கொஞ்சம் பெரிய வீடு...,” திவ்யாவுக்கு சாமியார் உதவியாள் மை பாத்து சொன்னது உண்மைதான் என புரிகிறது.

கண்ணன் யோசித்துக்கொண்டே, “கே.கே நகர்ல, மூணாவது பெரியவீடுனா...அப்போ அதுகதிரோட வீடாதான்இருக்கனும்...,”

அந்த இடம் தன்னுடைய கட்டுபாட்டில் வருவதாலும், அங்கிருக்கும் ஒரே பெரிய வீடு கதிரோடது என்பதாலும் துல்லியமாக சொல்கிறான் கண்ணன்.

திவ்யா, "கதிர்... ஆ... கதிர் சிவாவோட நண்பன் தான்," அவளுக்கு நினைவுக்கு வருகிறது, "அவன் கல்யாணத்துக்கு கூட சிவா என்ன கூட்டிட்டு போயிருக்கான்."

கண்ணன், "சரிதான்... அப்போ அதே வீடாதான் இருக்கும், நீ உடனே அங்க கிளம்பிவா, நானும் அங்க வாறேன்"

"ஓகே அண்ணா..."

திவ்யா போனை வைத்து விட்டு சாமியார் உதவியாளை பார்க்கிறாள். கீழே உட்கார்ந்திருந்த அவன் எழுப்புகிறான், "என்னாச்சு???"

திவ்யா பணிவோடு பேச ஆரம்பிக்கிறாள், "நீங்க சொன்ன அதே இடத்துல தான் சிவா இருக்கிறான்... எனக்கு இதுல எல்லாம் நம்பிக்க கிடையாது... அதான் கொஞ்சம் மரியாதை இல்லாம பேசிட்டேன்... நான் எதாவது தப்பா பேசிருந்தா என்ன மன்னிச்சிருங்க... ஆனால் இப்போ உங்க மேலையும் உங்க ஆனைமலை சாமியார் மேலையும் முழு நம்பிக்க வந்துட்டு... சரி நான் இப்போ உடனே கிளம்பணும்..."

"ம்ம்ம்..." சாமியார் உதவியாள் சரியென தலையசைக்கிறார்.

உடனே அவசரமாக திரும்பி கதவுகிட்டவரை போகும் திவ்யாவுக்கு ஏதோ யோசனை வர, போன வேகத்தில் திரும்பி சாமியார் உதவியாள் கிட்ட வருகிறாள்.

"உங்க போன் நம்பர் எதாவது கிடைக்குமா??" கேட்கிறாள் திவ்யா.

"ம்ம்ம்... இந்தாங்க இது எங்க விலாச அட்டை...," சொல்லிகொண்டே சாமியார் உதவியாள் ஒரு அட்டையை எடுத்து கொடுக்கிறார்.

அதை வாங்கி கொள்கிறாள், “ஓகே... தேங்க்ஸ்ங்க...”

பின்னர் அவசர அவசரமாக அங்கிருந்து கிளம்புகிறாள்.

பெரிய வீடு

இரவு 11.00PM

கதவருகே நின்று மதுமிதா அழைப்பு மணியை அடித்து கொண்டிருக்க பக்கத்தில் அவள் கணவன் அருண் நிற்கிறான்.

வீட்டுக்கு வெளியே தெரு விளக்கு வெளிச்சம் மட்டும் இருக்கிறது.

அப்போது அங்கே பைக்கில் வருகிறாள் திவ்யா. அருணும் மதுமிதாவும் திவ்யாவை பார்த்துக்கொண்டிருக்க, திவ்யா வண்டியைவிட்டு இறங்கி அவர்கள் கிட்ட வருகிறாள்.

அருணும் மதுமிதாவும் திவ்யாவையே பார்த்து-கொண்டிருக்க, கிட்டவரும் திவ்யா பேசுகிறாள், “இது.... கதிரோட வீடுதானா??”

அதற்கு மதுமிதா, “இல்லயே... இது அஞ்சலியோட வீடுலா??”

“அஞ்சலி...” திவ்யா யோசிக்கிறாள், “ஆமா அஞ்சலியோட புருஷன் தான கதிர்??”

அருண் ஆச்சரியமாக, “அப்படியா???”

திவ்யாவுக்கு சந்தேகம் வருகிறது, “இதுவே உங்களுக்கு தெரியாதா... ஆமா நீங்க யாரு??”

மதுமிதா, “நான் அஞ்சலியோட பள்ளி தோழி... இவர் என்னோட புருஷன்...நாங்க அவ நல்லா இருக்காளான்னு பார்க்க தான் இங்க வந்தோம்,” சொல்லி முடிகிறாள்.

திவ்யா தலையாட்டிக்கொண்டே, "ஆமா... கதிர் மனைவி அஞ்சலிக்கு உடம்பு சரில்லைன்னு சிவா சொல்லிருக்கான், ஆனா இந்த இரவுல ஏன் பாக்க வரணும்??" சந்தேக கேள்வியுடன் முடிகிறாள்.

அதற்கு அருண், "அது... நாங்க காலைலயே வந்தோம்... ஆனா... ஆனா..." பயப்படுகிறான், "ஐயோ இப்போ அஞ்சலிக்கு என்னாச்சோ தெரியல... நினைச்சாலே பயமா இருக்கு..." பதட்டத்தோடு உளறி முடிக்கிறான்.

அது திவ்யாவின் சந்தேகத்தை இன்னும் அதிகமாக்குகிறது, "பயமா இருக்கா?? என்ன உளருரீங்க... நீங்க சொல்றது ஒன்னும் புரியலயே... நீங்க இங்க திருட வந்திங்களா??"

கோவத்தோடு திவ்யா பேசியதை கேட்டு பதட்டத்தில் இருந்த இருவரும் மேலும் பயந்து விட,

மதுமிதா, "ஐயோ இல்ல... நடந்ததெல்லாம் நான் தெளிவா சொல்றேன், இன்னைக்கு காலைல எங்களுக்கு ஒரு சின்ன விபத்து நடந்துட்டு... ஒரு கல்யாண வீட்டுக்கு போற வழில வண்டில இருந்து கீழ விழுந்துடோம்..."

மதுமிதா எடுத்து சொல்ல ஆரம்பிக்கிறாள்...

3. காலை நிகழ்வு பகுதி 1

14 மணி நேரத்துக்கு முன்

பிப்ரவரி 14, 2015, காலை 9.00AM

சாலையோரத்தில்...

அருணும் மதுமிதாவும் வண்டியில் இருந்து கீழே விழுந்து கிடக்கின்றனர், மதுமிதா சகதியில்கிடக்க, சாலையில் விழுந்த அருண் மெதுவாக எழும்புகிறான்.

சகதியில் கிடக்கும் மதுமிதா அருணை கோபத்தோடு பார்க்கிறாள். அருண் அவளை பார்த்து பேச ஆரம்பிக்கிறான், “ஐயோ! செல்லம் அடியேதும் பட்டுருச்சா...”

மதுமிதா கோவத்தோட பேசுகிறாள், “அரமண்டயா... பாத்து ஓட்டமாட்டியா...”

அருண் சமாளிக்க தெரியாமல் முழித்துகொண்டே, “கொஞ்சம் சறுக்கிடிச்சி... சாரி மா....”

மதுமிதா கோவத்தோடவே, “எத்தனை தடவைதான் சறுக்கும்?? ஒரு நாளைக்கு ஒரு தடவை கீழ போட்டா பரவாயில்லை, பத்து தடவை போடுற... உண்மையா உனக்கு வண்டி ஒட்டவே தெரியாது... என்ன வச்சு கத்துகிற அப்படிதானா??” மூச்சிவிடாமல் பேசி முடிக்கிறாள்.

அருண், “ஹேய... ஏன்டி இப்படி திட்டுற?? இனிமே உன்னை கீழ போட்டா என்னனு கேளு...”

மதுமிதா, “ஓ... இனிமே உன் வண்டில ஏறுவேன்னு வேர நம்புறியா... நான் கல்யாணத்துக்கு வரல, பஸ் பிடிச்சு விட்டுக்கு போறேன்,” கோவத்தோடு கிளம்ப தயாராகிறாள்.

அருண், “ஐயோ... சாரி.... இதான் கடைசிமா... கல்யாண-த்துக்கு கண்டிப்பா போனும்... ப்ளீஸ்... ப்ளீஸ்...”

மதுமிதா, “என்ன? இப்படி சகதியோட வரவா??” தன் மேலிருக்கும் சகதியை காட்டி கோவத்தோடு அவனை முறைக்கிறாள்.

ஆனாலும் கீழே விழுந்த அதிர்ச்சியில் சகதியை விட்டு அவள் எழும்பாமலே இருக்கிறாள்.

அருண், “அப்போ இப்படியே பஸ்ல போனாமட்டும் நல்லா இருக்குமா?? கைகொடு...” சொல்லிக்கொண்டே கீழே கிடக்கும் மதுமிதாவுக்கு கைக்கொடுக்கிறான்.

மதுமிதா கை கொடுத்து எழும்புகிறாள்.

அருண் பேசுகிறான், “இங்க பக்கதுல தான உன் தோழி வீடு இருக்குதுன்னு சொன்ன...”

மதுமிதா, “ஆமா... அஞ்சலியோட வீடு இருக்கு, அதுக்கென்ன??”

அருண், “அங்க போய் சகதிய கழுவிட்டு கல்யாணத்துக்கு போயிறலாம்... ப்ளீஸ் செல்லம்...”

அருண் தன் திட்டத்துடன் மதுமிதாவிடம் கெஞ்ச அவள் கோவம் தணிகிறது.

மதுமிதா, “ம்ம்ம்... ஆனால் இனிமேல் எங்கேயாவது கீழபோட்ட மவனே.”

பிரச்சனையை முடிஞ்ச சந்தோஷத்தில் அருண், “இனி எவ்ளோ மெதுவா போறேன்னு மட்டும் பாரு...”

“ம்ம்ம்...” மதுமிதா தலையாட்டிக்கொண்டே வண்டியில் போய் ஏறுகிறாள்.

மதுமிதா வழி சொல்ல அருண் வண்டியை எடுத்துக்கொண்டு பெரியவீட்டுக்கு போகிறான்.

பெரிய வீடு

அன்று காலை 10.00AM

அருணும் மதுமிதாவும் வண்டியில் பெரியவீட்டுக்கு முன்னே வருகிறார்கள். அருண் வண்டியை ஓரமாக நிறுத்த, மதுமிதா வண்டியில் இருந்து இறங்குகிறாள்.

அருண் அந்த பெரியவீட்டை மேலிருந்து பார்க்கிறான். வெளியே கொஞ்சம் பாழடைந்து காட்சியளிக்க, "இந்த வீடா?? பாக்கவே பயங்கரமா.... பேய் வீடு மாதிரியே இருக்குடி..."

மதுமிதா, "உன் திருவாய கொஞ்சம் மூடு..." சொல்லி அவனை ஒரு முறை முறைத்துக்கொண்டே பெரிய வீட்டை நோக்கி போகிறாள்.

"ஏன்டி இப்படி மூக்கறுக்குற...," சொல்லிக்கொண்டே மதுமிதா பின்னால் போகிறான் அருண்.

கதவை நெருங்கும் மதுமிதா வீட்டின் அழைப்பு மணியை அடிக்கிறாள்.

சுத்தி பார்த்தபடியே அவள் பக்கத்தில் வந்து நிற்கிறான் அருண்.

மதுமிதா அழைப்பு மணி அடித்தும் கதவை திறக்க யாரும் வராததால் திரும்பவும் சலிப்போடு அழைப்பு மணியை அடிக்கிறாள்.

அதை கவனிக்கிறான் அருண், "என்னாச்சுடி??"

மதுமிதா திரும்பி அருணை பார்த்து, "யாரையும் காணலையே..." ஏக்கத்தோடு சொல்கிறாள்.

அதற்கு அருண், “இந்த வீடுதானா? உறுதியா தெரியுமா??”

மதுமிதா கடுப்பாகிறாள், “என் அஞ்சலி வீடு எனக்கு தெரியாதா??”

மதுமிதா திரும்பி கொண்டு திரும்பவும் அழைப்பு மணியை அடிக்கிறாள். ஆனால் யாரும் வருவதாக தெரியவில்லை.

பெரிய வீட்டிற்குள்ளே படுக்கை அறையில் இன்று காலை கதிர் சிவாவுக்கு கிப்ட் வாங்க கிளம்பும்போது போர்வையால் அஞ்சலியை முழுவதுமா மூடியபடியே தூங்குகிறாள்.

பெரிய வீட்டிற்கு வெளியே மதுமிதா திரும்பவும் அழைப்பு மணியை அடிக்கிறாள்.

அருண் சலிப்போடு பேசுகிறான், “ச்சே. எரிச்சலா இருக்கே... ஒருவேளை அவங்க வெளிய எங்கயும் போயிருப்பாங்களோ??”

பொறுமை இழக்கும் மதுமிதா அவன் சொல்வதை கவனிக்காமல் கதவை தற்செயலாக திறக்க முயற்சிக்க கதவு திறக்கிறது.

மதுமிதா அதிர்ச்சியாகிறாள், “டேய்... கதவு திறந்தே இருக்குடா...”

அருண் மகிழ்ச்சியில், “வாவ்.... வா உள்ளே போயிருவோம்...”

“ம்ம்ம்... வா...” மதுமிதா கதவை முழுவதுமாக திறந்து மெதுவாக உள்ளே போகிறாள், அருண் அவள் பின்னாடியே போகிறான். இருவரும் வராண்டா வருகின்றனர்.

மதுமிதா சத்தமாக, “அஞ்சலி... அஞ்சலி... எங்க போனா இவள்...” கூப்பிட்டுக்கொண்டே நடுவரைக்குள் வருகிறாள்.

அருணும் அவள் பின்னாடியே வீட்டை சுத்தி பார்த்துக்கொண்டே நடக்கிறான்.

மதுமிதா இன்னும் சத்தமாக, “அஞ்சலி...” கூப்பிட்டுக்-கொண்டே சமையலறைக்கு வருகிறாள். அங்கிருக்கும் தண்ணீர் குழாயில் தன் மேல் இருக்கும் சகதியை கழுவுகிறாள்.

அருண் நடுவரையை சுத்திப்பார்த்தபடி நிற்கிறான். காலைலேயும் வீடு இருண்டு திகிலூட்டும் படி இருந்தது. படபடப்போடவே நடந்தான் அருண்.

“ஆள் துணைக்கு வந்தாலே பயமா இருக்கே... எப்படிதான் இந்த வீட்ல இருக்காளோ அந்த அஞ்சலி...,” பயந்தபடியே சொல்லிக்கொண்டு மாடி படிகிட்ட வருகிறான் அருண்.

சமையலறையில் சகதியை கழுவி முடிக்கும் மதுமிதாவும் மாடி படி கிட்ட அருணை பார்த்து வருகிறாள்.

அருண் பேசுகிறான், “கீழே யாரும் இல்ல... கண்டிப்பா அவ மேல தான் இருப்பா...”

“வா.... மேலே போய் பார்க்கலாம்,” மதுமிதா அருணை கூப்பிட்டுக்கொண்டே மேலே மாடி படியை நோக்கி பார்க்கிறாள்.

அருண், “ம்ம்ம்... போலாமே...” தலையாட்ட, மதுமிதா மேலே ஏறுகிறாள், அவள் பின்னாடியே அருணும் மேலே போகிறான்.

இருவரும் மேலே முதல் தளத்துக்கு வந்து சேர்கின்றனர்.

“அஞ்சலி...” மதுமிதா கூப்பிட்டுக்கொண்டே சுத்தி பார்க்கிறாள், “கதவை திறந்து வச்சிட்டு எங்க போனா??”

மதுமிதா படுக்கை அறை பக்கம் வர, பின்னாடியே அருணும் வருகிறான்.

மதுமிதா படுக்கை அறையை எட்டிப்பார்க்க, அங்கு போர்வையில் முழுவதுமாக மூடியபடி அஞ்சலி

தூங்கிக்கொண்டிருக்கிறாள். அஞ்சலியை கண்டுபிடித்த சந்தோஷத்தில் மதுமிதா, "அட அஞ்சலி இங்க தூங்கிட்டு இருக்கா... ச்சே... அஞ்சலி..." கூப்பிட்டுக்கொண்டே உள்ளே நடக்கிறாள்.

இதை கேட்டு அருண் பலமாக சிரிக்கிறான். சிரிப்பு சத்தத்தை கேட்டு மதுமிதா கோவப்பட்டு திரும்பிகிறாள், "என்ன??"

அருண் சிரித்துக்கொண்டே, "உன் தோழி உன்னை விட அறிவாளியா இருக்காளே... கதவ திறந்து வச்சிட்டு தூங்குறா... அய்யோ அய்யோ..." திரும்பவும் சிரிக்கிறான்.

மதுமிதா கோபமாகிறாள், "ஆமாடா... ஒழுங்கா வண்டி ஓட்ட தெரியாது. இதுல வாய் வேறயா. இப்போ உன்னால தான் இங்க வந்துருகோம்.... தெரியுமா??"

அருண் உடனடியாக சிரிப்பை நிறுத்திக் கொண்டு கேணத்தனமாக முழிக்கிறான்.

மதுமிதா அருணை முறைத்துக்கொண்டே திரும்பி அஞ்சலிகிட்ட போகிறாள்.

மதுமிதா, "அஞ்சலி..." கூப்பிட்டுக்கொண்டே அவளை முழுவதுமாக மூடி இருந்த போர்வையை திறந்து பார்க்கவும் அதிர்ச்சியாகிறாள்.

போர்வைக்குள் அஞ்சலி இல்லை.

அஞ்சலி தூங்குவது போல் தலையணை அடுக்கி வைக்கப்பட்டிருகிறது. மதுமிதா பின்னாலையே அங்கு வரும் அருணும் அதை பார்த்து அதிர்ச்சியாகிறான்.

மதுமிதா படப்படப்போட, "ஐயோ. அஞ்சலியை காணல... எங்க போயிருப்பா??"

அருண், "பதட்டப்படாத. அவ கதவ திறந்து போட்டுட்டு வெளிய போயிருக்கமாட்டா... நான் போய் மாடில தேடுறேன்.... நீ இங்க சுத்தி தேடிபாரு."

"ம்ம்ம்..." மதுமிதா தலையாட்ட அருண் படியில் ஏறி போகிறான்.

மதுமிதா படுக்கையறையை விட்டு வெளியே வந்து பக்கத்தில் இருக்கும் குளியல் அறையை நோக்கி நடக்கிறாள்.

படியில் ஏறிய அருண் அதன் இறுதியில் ஒரு அறைக்கு வருகிறான்.

மதுமிதா குளியலறை கதவை திறக்கிறாள். அங்கு யாருமில்லை அப்போது படுக்கை அறையில் எதோ போன் மணியடிக்கும் சத்தம் கேட்க, படுக்கை அறையை நோக்கி ஓடுகிறாள்.

காலை 11.00AM

மதுமிதா படுக்கை அறைக்கு வரவே அவள் நினைத்தது போலவே அங்கு கட்டிலில் ஒரு போன் மணியடித்து கொண்டிருகிறது.

மதுமிதா அதை பார்க்கிறாள், "போன் தான்..." அதை எடுத்து பார்க்கிறாள்.

அதில் கதிர் பெயரில் கால் வருகிறது.

"அஞ்சலியோடட போனா இருக்குமோ..." முழிக்கும் மதுமிதா பதட்டத்தோடவே எடுத்து பேசுகிறாள், "ஹலோ..."

போனில் கதிர் பேசுகிறான், "ஹலோ அஞ்சலி முழிச்சிட்டயா?? நான் சிவாக்கு ஒரு கிப்ட் வாங்க கடைக்கு வந்தேன்... நீ தூங்கிட்டு இருந்த, அதனால தான் உன்கிட்ட சொல்லாம வந்துட்டேன், சாரி மா.... தேடினியா??" போனை எடுத்தது அஞ்சலி என நினைத்து பேசி முடிக்கிறான்.

அதற்கு மதுமிதா பதட்டத்தோடவே, "ஐயோ சாரிங்க... நான் அஞ்சலி இல்ல. அவ தோழி... அஞ்சலியை பார்க்கதான்

இங்க வந்தேன். ஆனா அஞ்சலி இங்க வீட்ல எங்கேயும் காணல..."

கதிர் அதிர்ச்சியாகிறான், "ஐயோ.... அப்போ அவ மாடிக்கு தான் போயிருப்பா... குதிச்சி சாக போறேன்னு சொல்லுவா... சீக்கிரம் போய் காப்பாத்துங்க...."

மதுமிதா இதை கேட்டு பயங்கர அதிர்சியாகிறாள்.

மேலே மொட்டை மாடியில், அஞ்சலி மாடியின் மேல் விளிம்பில் ஏறி நிற்கிறாள். அவள் முகம் பயத்தால் சூழ்ந்திருக்க, பதட்டத்துடன், "நான் சாகதான் போறேன்... நான் சாகதான் போறேன்...." புலம்பிக்கொண்டே நிற்கிறாள்.

மாடியில் அவள் பின்னால் ஒரு அறை இருக்க அதை திறந்து வெளியே வருகிறான் அருண். அங்கு மாடி விளிம்பில் ஏறி நிற்கும் அஞ்சலியை பார்க்கிறான்.

"ஹலோ... நீ தான் அஞ்சலியா??" கேட்டுக்கொண்டே முன்னே நடந்து வருகிறான், "அங்க என்ன பண்ணிட்டு இருக்கீங்க???"

ஆனால் அஞ்சலி அவனை கவனிக்காமல் பயத்தோடவே மாடி விளிம்பில் புலம்பியபடியே நிற்கிறாள்.

கீழே முதல் தளத்தில், படுக்கை அறையில் மதுமிதா போனில் கதிரிடம் அதிர்ச்சியோடு பேசுகிறாள், "அஞ்சலி மாடிக்கு போய் குதிப்பாளா? ஏன் அவளுக்கு என்னாச்சு??"

கதிர் போனில், "அவளுக்கு மனநலம் பாதிக்கபட்டு இருக்குங்க... எதோ செத்து போன நண்பர்கள்.... பேய் அப்படி இப்படீன்னு ஏதேதோ சொல்லுவா... சீக்கிரம் போய் அவள காப்பாத்துங்க..." பதட்டதோட பேசுகிறான்.

மதுமிதா மேலும் அதிர்ச்சியாகிறாள், "ஐயையோ..."

மேலே மொட்டை மாடியில், அஞ்சலி மாடியின் மேல் விளிம்பில் நின்றுகொண்டு பதட்டத்தில் சொன்னதையே

சொல்லிக்கொண்டு இருக்கிறாள், "நான் சாகதான் போறேன்... நான் சாகதான் போறேன்... ஐயோ...."

அஞ்சலிக்கு பின்னால் அங்கு வரும் அருண், அவள் சொல்வதை கேட்கிறான், அதிர்சியாகிறான், "ஐயோ... நீ என்ன சொல்ற. ஐயையோ..." பயப்படும் அருண் கீழே மதுமிதாவை நோக்கி ஓடுகிறான்.

கீழே முதல் தளத்தில், படுக்கை அறையில் மதுமிதா-வோடு கதிர் போனில் பேசுகிறான், "ஆமா நீங்க யாரு??"

"நான் மது... மதுமிதா.... நானும் அஞ்சலியும் சேர்ந்து தான் படிச்சோம்..." பதட்டத்தோடு மதுமிதா சொல்லிமுடிக்க, அப்போது மேலே இருந்து முதல் தளத்துக்கு ஓடிவரும் அருண் படுக்கை அறைக்குள் நுழைகிறான்.

உள்ளே வரும் அருண் பதட்டத்தோடு பேச ஆரம்பிக்கிறான், "மதுமிதா... மேலே ஒரு பொண்ணு சாகபோறேன்னு மாடில இருந்து குதிக்க பாக்கிறாடி..."

இதை கேட்ட மதுமிதாவின் அதிர்ச்சி இரட்டிப்பாகிறது, "ஐயோ. அவதான் அஞ்சலி.... வா போய் காப்பாத்துவோம்..." சொல்லிக்கொண்டே மதுமிதா தன் கையில் இருக்கும் அஞ்சலியின் போனை கட்டிலில் எரிந்து விட்டு மாடியை நோக்கி ஓடுகிறாள்.

அவள் பின்னாலையே அருணும் ஓடுகிறான்.

மேலே அந்த ஒத்தை அறையை திறந்து மாடிக்கு வரும் இருவருக்கும் அடுத்த அதிர்ச்சி காத்திருக்கிறது.

மேலே அஞ்சலி சாக போறேன் என்று ஏறி நின்ற விளிம்பில் இல்லை. அதிர்ச்சியில் உறைந்தே போகின்றனர்.

மதுமிதா படப்படப்போடே சுத்தி பார்த்துக்கொண்டே, "எங்கடா அஞ்சலி??"

"இங்க தாண்டி சாக போறேனு சொல்லிட்டு நின்னா... குதிச்சிட்டாளோ??" அஞ்சலி நின்ன இடத்தை காட்டி சொல்கிறான் அருண்.

மதுமிதா பயந்துகொண்டே, “ஐயோ... இப்போதான்டா அவ புருஷன் கால் பண்ணினான்... அவளுக்கு பைத்தியமாம்டா... ஏதோ பேய்னு வேற சொல்லுவாளாம்.... கண்டிப்பா குதிச்சிருப்பாடா...”

“அய்யோ கொலை. வாடி....” அருண் ஓட அவன் பின்னலையே மதுமிதா ஓடுகிறாள்.

அஞ்சலி குதித்து விட்டாளா என்று போய் பார்க்ககூட முடியாதபடி பயப்படும் இருவரும் வேகமாக கீழே ஓடுகின்றனர்.

கீழ்தளத்துக்கு வருகிறான் அருண், பின்னாடியே மதுமிதா-வும் வந்து சேர்கிறாள். இப்போது கீழே கதவு பூட்டி இருக்கிறது.

ஆனால் அவர்கள் வீட்டுக்குள் வரும்போது அந்த கதவை அவர்கள் பூட்டவில்லை.

ஆனால் அவர்களின் பயம், அந்த கதவை யார் பூட்டிருப்பா என்று யோசிக்கவும் விடவில்லை.

அருண் கதவை திறக்க முயற்சிக்க, ஆனால் இப்போது கதவு திறக்கவில்லை.

நடுங்கி போகிறான் அருண், “கதவு திறக்கலடி.....”

மதுமிதா, “தள்ளுடா....”

அருண் ஒதுங்க, மதுமிதா திறக்க முயற்சிக்க, கதவு திறந்துவிடுகிறது.

மதுமிதா, “கதவு திறந்துதான இருக்குது...” சொல்லிக்கொண்டே அவள் கதவை திறந்து கொண்டு வெளியே ஓட பின்னாலையே அருணும் வருகிறான்.

காலை 11.30AM

இருவரும் அவசர அவரசரமாக தங்கள் வண்டியில் அங்கிருந்து கிளம்புகின்றனர்.

4. எங்கே சிவா? பகுதி 2

பெரிய வீடு

அன்று பிப்ரவரி 14, 2015, இரவு 11.30PM

மதுமிதா திவ்யாவிடம் காலையில் நடந்ததை எடுத்து சொல்லி முடிக்க, அதை கேட்டு திணறி போகிறாள் திவ்யா.

மதுமிதா, “இது தாங்க நடந்துச்சு....”

அதற்கு அருண், “ஆமா...” தலையாட்டுகிறான்.

திவ்யா இருவரையும் பார்த்துக்கொண்டிருக்க, மதுமிதா பேச ஆரம்பிக்கிறாள், “நாங்க ஏதோ பயத்துல முட்டாள் தனமா ஓடிட்டோம்... அதான் அஞ்சலிக்கு என்ன ஆகிருக்குமோனு பார்க்க வந்தோம்... அழைப்பு மணியடிச்சோம்.... காலைல மாதிரியே இப்போவும் யாருமே கதவு திறக்க வரல... அதான் நாங்க உள்ள போகவா வேண்டாமான்னு பயந்து போய் நின்னுட்டு இருந்தோம்... அப்போது தான் நீங்க வந்தீங்க.”

அதற்கு அருண், “ம்ம்ம்ம் ஆமா ஆமா...” சொல்லி-கொண்டே தலையாட்ட, மதுமிதாவும் திவ்யாவை அப்பாவித்-தனமாக பார்க்க திவ்யாவுக்கு அவர்கள் மேலே நம்பிக்கை வருகிறது.

அப்போது அங்கு இருசக்கர வாகனத்தில் திவ்யாவின் அண்ணன், காவல் துறை மேலாளர் கண்ணன் தன்னுடன் காவலர் ராஜை கூட்டிக்கொண்டு வருகிறார்.

வண்டியை ராஜ் நிறுத்திக்கொண்டு நிற்க, திவ்யாவின் கிட்ட வந்து பேசுகிறான் கண்ணன், “திவ்யா. எப்போ வந்த?? சிவா எங்க இருக்கானு கண்டுபிடிச்சிட்டியா??”

அதற்கு திவ்யா, “இல்லண்ணா... நான் இப்போதான் வந்தேன்.... இன்னும் வீட்டுக்குள்ளயே போகல...”

அப்போது கண்ணன் அங்கு நிற்கும் மதுமிதாவையும், அருணையும் பார்க்கிறான், “ஆமா நீங்கலாம் யாரு??”

கண்ணன் அவர்களிடம் கேட்க, அதற்கு திவ்யா பதில் சொல்கிறாள், “அவங்க அஞ்சலிக்கு தெரிஞ்சவங்க, அஞ்சலியை பாக்க வந்துருக்காங்க.”

கண்ணன், “ஓகோ. சரி அப்போ காலிங் பெல் அடிங்க....”

அதற்கு மதுமிதா, “இல்ல... நாங்க இவ்ளோ நேரம் காலிங் பெல் அடிச்சி பாத்துட்டோம்... யாருமே வரல...”

கண்ணன் சந்தேகத்துடன், “அப்போ கதிர் அஞ்சலி வீட்ல இல்லையா??”

திவ்யா, “அத நாம தான் போய் பாக்கணும்...”

பின்னர் திவ்யா கதவு கிட்ட நிற்கும் மதுமிதாவிடம், “சரி கதவை திறங்க... முடியலைனா உடைச்சிட்டு போயிற வேண்டியது தான்... கண்டிப்பா வீட்டுக்குள்ள போயே ஆகணும்....”

ஆனால் மதுமிதாவோ காலையில் இப்படி கதவை திறந்து பெரிய வீட்டுக்குள் போய் அதிர்ச்சிக்கு மேல் அதிர்ச்சி ஆனதால், கதவை திறக்க பயந்து திவ்யாவை பார்கிறாள்.

திவ்யா கடுப்புடன், “ஐயோ சீக்கிரம் கதவ திறங்க... இல்லைனா ஒதுங்குங்க நானே திறக்கிறேன்....”

உடனே மதுமிதா கதவை திறக்கிறாள், ஆனால் அவள் உள்ளே போக பயந்து நிற்க, திவ்யா கதவு கிட்ட

போய் திறந்திருக்கும் கதவு வழியாய் வீட்டிற்குள் எட்டிப்பார்க்கிறாள்.

இரவு நேரம் என்பதால் இருட்டாக இருக்குமென்று அவள் பார்க்க ஆனால் வீட்டில் விளக்கு போட்டு வெளிச்சமாகவே இருக்கிறது. அவ்விதமாய் திவ்யா வீட்டிற்குள் போக அவள் பின்னால் மதுமிதா போகிறாள், அவள் பின்னால் அருண் உள்ளே போகிறான், கடைசியாக வீட்டிற்குள் கண்ணனும், காவலர் ராஜும் உள்ளே போகின்றனர்.

உள்ளே நுழைந்ததுமே ஒருவித பயம் அனைவரையும் தொற்றிக்கொள்கிறது.

முன்னே நடக்கும் திவ்யா வராண்டாவில் இருந்து நடுவரைக்கு வர அங்கு ஒரு கைப்பேசி உடைந்து சிதறி கிடப்பதை பார்க்கிறாள், அது சிவாவின் போன் என்பதை அறியும் திவ்யா அதை ஓடி போய் எடுக்கிறாள், அதிர்ச்சியில் கண் கலங்கியவாரே அதில் இருக்கும் சிம்-மை கழற்றுகிறாள்.

மதுமிதாவும், அருணும் பயம் கலந்த படப்படப்போடவே நடுவரைக்கு வருகின்றனர்.

அவர்கள் பின்னால் கண்ணனும், ராஜும் வீட்டை சுத்தி பார்வையிட்டபடியே நடுவரைக்கு வருகின்றனர். அப்போது அங்கு ஒரு அறையின் கதவு உடைந்து சிதறி இருப்பதை பார்க்கும் கண்ணன், ராஜிடம் கண்ணசைக்க அந்த அறையை பார்க்க போகிறான் ராஜ்.

கண்ணனை பார்த்து கிட்ட வரும் திவ்யா, தான் கீழே இருந்து எடுத்த சிவாவின் போன் சிம்-மை அவனிடம் காட்டி பதட்டத்தோடு பேச ஆரம்பிக்கிறாள், “இது சிவாவோட சிம்... அவன் போன் அங்க கீழே உடைஞ்சி கெடந்துச்சி...” அந்த போன் உடைந்து கிடந்த இடத்தை காட்டுகிறாள்.

“ம்ம்ம்…” தலையாட்டிக்கொண்டே அதை வாங்கி கொண்டு தன் போனில் போடுவதற்காக, தன் போனில் இருக்கும் சிம்-மை கழற்றுகிறான் கண்ணன்.

அப்போது கதவு உடைந்த அறையை பார்க்க போன காவலர் ராஜ் கண்ணனிடம் வருகிறான்.

காவலர் ராஜ், “சார். அந்த கதவு உடஞ்ச அறை குளியலறை, அங்க ஒரு சலவை இயந்திரம் உடஞ்சி கிடக்கு, அதைத்தவிர அங்க ஏதுமில்லை, அப்பறம் பக்கத்துல ஒரு சமையலறை இருந்துச்சி, அங்கையும் பாத்துட்டேன், இங்க கீழ யாரும் இருக்கிற மாதிரி இல்ல சார்…”

“ம்ம்ம்,” தலையாட்டிக்கொண்டே மும்முரமாக சிவாவின் சிம்-மை தன் போனில் போட்டு முடிக்கும் கண்ணன் அவனிடம், “சரி இன்னொரு தடவ கீழ நல்லா செக் பண்ணு…”

காவலர் ராஜ் தலையாட்டிக்கொண்டே அங்கிருந்து போகிறான்.

திவ்யா திரும்பி மதுமிதாவையும், அருணையும் பார்க்கிறாள், அவர்கள் படபடப்போடவே முழித்து கொண்டிருக்க அவர்களிடம் பயத்தோடவே பேசுகிறாள், “இங்க கீழ யாருமே இல்ல… நீங்க சொன்ன அந்த படுக்கையறை எங்க இருக்கு??”

மதுமிதா, “அது மேலே இருக்கு…”

திவ்யா, “என்ன அங்க கூட்டிட்டு போங்களேன்…”

திவ்யா கேட்க மதுமிதா, “ம்ம்ம் வாங்க…” என்று படி கிட்ட வந்து ஏறி மேலே போக, திவ்யா பின்னாடியே போகிறாள், கூடவே அருணும் மேலே போகிறான்.

காவலர் ராஜ் சமையலறைக்கு திரும்பவும் வந்து ஆராய்ந்து விட்டு அங்கிருந்து வெளியே வர அவன்

கண்ணுக்கு சிக்காமல் அங்கு கொஞ்சம் ரத்தம் சிந்தி கிடக்கிறது.

நடுவரையில் நின்ற கண்ணனுக்கு, சிவாவோட சிம் போட்ட அவனுடைய போன் ஆன் ஆகிறது, அதில் அந்த பெரிய வீட்டு கதிர் எண்ணை தேடுகிறான், கிடைக்கிறது.

மேலே மதுமிதா போக அவள் பின்னால் திவ்யா, கூடவே அருண் மூவரும் முதல் தளத்தை அடைகின்றனர், படுக்கை அறை கிட்ட வருகின்றனர்.

கீழே தளத்தில் நடுவரையில் கண்ணன் கதிர் எண்ணுக்கு கால் பண்ணி தன்னுடைய காதில் வைக்க அதில், “நீங்கள் தொடர்பு கொள்ளும் வாடிக்கையாளர் எண் சுவிட்ச் ஆப் செய்யப்பட்டுள்ளது....”

கதிர் போனை எடுத்தால் சிவா எங்கே என தெரிந்து-விடும் என நினைத்த கண்ணனுக்கு ஏமாற்றமே மிஞ்சியது, “ச்சே. கதிர் போன் சுவிட்ச் ஆப்... எங்க போனான்னு தெரியலையே.”

அப்போது கண்ணனிடம் வருகிறான் ராஜ், “சார்.... இங்க கீழ் தளத்துல யாருமே இல்ல...”

மேலே முதல் தளத்தில் படுக்கை அறை கிட்ட மதுமிதா, திவ்யா, அருண் மூவரும் போகின்றனர்.

மதுமிதா படுக்கை அறையை காட்டி, “இதான் அந்த படுக்கை அறை...”

மூவரும் உள்ளே போகின்றனர். ஆனால் அவர்களுக்கு அங்கு பேரதிர்ச்சி காத்துக்கொண்டிருந்தது.

முதலில் படுக்கை அறைக்குள் எட்டிப்பார்க்கும் திவ்யா, அதிர்ச்சியில் பேச்சி மூச்சில்லாமல் நின்றாள். பின்னால் மதுமிதாவும் அருணும் உள்ளே எட்டிப்பாத்து பயந்து அலறிக்கொண்டே கீழே ஓடுகின்றனர்.

அலறல் சத்தம் கேட்டு கீழ் தளத்தில் நிற்கும் கண்ணனும் ராஜும் மேலே ஓட அவர்கள் எதிரிலே மதுமிதாவும், அருணும் கீழே ஓடி வருகின்றனர்.

ஓடிவரும் அவர்களிடம் கண்ணன், “ஏய் என்னாச்சி?? எங்க ஓடுறிங்க??”

ஆனால் மதுமிதாவும், அருணும் யாரையும் கண்டு-கொள்ளாமல் பயந்துகொண்டே ஓடிவிடுகின்றனர்.

பிப்ரவரி 14 முடியும் தருவாயை எட்டுகிறது.

நள்ளிரவு 12.00PM

கண்ணனும் ராஜும் மேலே முதல் தளம் வந்து படுக்கை அறை முன்னே திவ்யா சிலை போல நிற்பதை பார்த்து உள்ளே போகின்றனர்.

உள்ளே பார்க்கும் இருவரும் அதிர்ச்சியாகின்றனர்.

படுக்கை அறை கட்டிலின் மெத்தை மேல் ஒரு பிணம்.

உடல் முழுவதும் இரத்த வெள்ளத்தில் அந்த பிணம் கிடக்க, அதன் கை மெத்தையில் இருந்து கீழே தொங்கிக்கொண்டு இருக்க அந்த கையில் ஒரு கத்தி இருக்கிறது, கத்தியில் இருந்து இரத்தம் வழிகிறது.

பிப்ரவரி 15 பிறக்கிறது...

மணி பின்னிரவு 12.05AM

கண்ணன் அந்த பிணம் கிட்ட போகிறான், ராஜும் பின்னாடியே கிட்டபோக இருவருமாக சேர்ந்து பிணத்தை திருப்பி போடுகின்றனர், அது சிவா...

அதை பார்த்த திவ்யா அழுதுகொண்டே கீழே விழுகிறாள்.

கண்ணன் ராஜிடம், "உடனே ஆம்புலன்ஸ்-க்கு கால் பண்ணு..."

"ஓகே சார்..." ராஜ் தலையாட்டிக்கொண்டே தன்னுடைய போனை எடுத்து ஏதோ எண்னை அழுத்தியபடி படுக்கை அறையை விட்டு வெளியே போகிறான்.

பின்னர் கண்ணன் சிவாவின் கையை பிடித்து பார்க்க நாடி துடிப்பு இருக்கிறது.

இன்ப அதிர்ச்சியில் கண்ணன், "சிவா... சிவா இன்னும் சாகல..."

இதைகேட்டதும் படுக்கை அறையில் கீழே விழுந்து அழுது கொண்டிருக்கும் திவ்யா உடனே எழும்பி சிவா கிட்ட போகிறாள். சிவா மயங்கிய நிலையில் இருந்தாலும் அவன் கையில் இருக்கும் அந்த கத்தி மட்டும் இருக பிடித்தபடி இருக்கிறான். சிவா கிட்ட வரும் திவ்யா அவன் கையில் இருக்கும் கத்தியை எடுக்க முயற்சி பண்ணுகிறாள், ஆனால் முடியவில்லை.

அப்போது ராஜ் படுக்கை அறைக்குள் வருகிறான். கண்ணன் ராஜிடம், "ஆம்புலன்ஸ்-க்கு கால் பண்ணிட்டியா??"

ராஜ், "ஆமா சார்... இப்போ ஆம்புலன்ஸ் வந்துரும்..."

கண்ணன், "சரி. வீட்ல வேர யாராது இருக்காங்களான்னு முழுசா ஒரு தடவ பாரு..."

"ஓகே சார்..." ராஜ் படுக்கை அறையில் இருந்து போகிறான்.

படுக்கை அறையில் திவ்யா சிவாவின் கையில் இருக்கும் கத்தியை எடுக்க முயற்சி பண்ணிக்கொண்டே இருக்கிறாள். ஆனால் முடியவே இல்லை. கண்ணன் அதை கவனிக்கிறான்.

"விடு திவ்யா. இப்போ ஆம்புலன்ஸ் வந்துரும். மருத்துவமனை போய் பாத்துக்கலாம்."

அழுது கொண்டே கண்ணன்னை பார்க்கும் திவ்யா பேச ஆரம்பிக்கிறாள், "வீட்ல யாருமே இல்லையா?? கதிரும் அஞ்சலியும் எங்க போனாங்க? யார் சிவாவ இப்படி அடிச்சிருப்பா?? இங்க என்ன நடக்குது??" சொல்லி முடிக்கிறாள்.

கண்ணன் திவ்யாவிடம் மயங்கி கிடக்கும் சிவாவை காண்பித்து, "இவன் சிம்-ல இருந்து கதிர்க்கு கால் பண்ணினேன்.... ஆனா சுவிட்ச் ஆப்ல இருக்கு அவன் போன்... வீட்லயும் யாரையும் காணல... இங்க என்ன நடக்குதுனே தெரியல..."

அப்போது அழைப்பு மணி அடிக்கிறது. கண்ணன் திவ்யாவிடம், "இருந்துக்கோ...," சொல்லிக்கொண்டே கீழே போகிறான்.

கீழே போக கண்ணன் படிகிட்ட வர, அந்த தளத்தில் யாராவது இருக்கிறாங்களா என பார்த்துக்கொண்டிருந்த ராஜும் அவனோடு சேர்ந்துகொள்ள இருவரும் சேர்ந்து படியில் கீழே இறங்குகின்றனர்.

அப்போது கண்ணன் ராஜிடம், "யாராது வீட்ல இருந்தாங்களா?? வேற எதாவது துப்பு கிடைச்சிதா?"

"இல்ல சார்... வீட்ல யாருமே இல்ல..." ராஜ் சலித்துக்கொண்டே சொல்ல இருவரும் கீழ் தளம் வந்து சேர்கின்றனர்.

இருவரும் கதவு கிட்ட வர, கண்ணன் கதவை திறக்க முயற்சி செய்கிறான், ஆனால் கதவு திறக்கவில்லை.

கதவு உள்தாப்பா போட்டு இருக்கிறது.

அதை பார்க்கும் கண்ணன் கோவத்தில் ராஜிடம், "நீ எதுக்குடா உள்தாப்பா போட்ட??"

ராஜ், "நா எங்க சார் போட்டேன்... நா இப்போதான கீழேயே வரேன்..."

கண்ணன் அதிர்ச்சியாகிறான், “நீ உள்தாப்பா போடலையா… இங்க வீட்ல தான் நம்மள தவிர யாருமே இல்லையே…. அப்போ யார் போட்டுருப்பா???”

“அட என்ன சார்… இதுக்கு போய் தேவை இல்லாம யோசிச்சுகிட்டு… அந்த… பயந்து ஓடி போனாங்களா அந்த ரெண்டு பேரு… அவங்க உள்தாப்பா போட்டுட்டு போயிருக்கலாம் இல்ல…”

கண்ணன் கடுப்பாகிறான், “அட முட்டா பயலே… உன்ன எப்படிடா போலீஸ் வேலைக்கு எடுத்தாங்க?? வெளிய ஓடிபோனவங்க எப்படிடா உள்தாப்பா போடமுடியும்??”

ராஜ், “ஓ…” கேணத்தனமா வழிஞ்சுகொண்டே முழிக்கிறான்.

அப்போது திரும்பவும் வீட்டின் அழைப்பு மணி அடிக்கிறது.

கண்ணன் சலித்துக்கொண்டே, “ச்சை…” உள்தாப்பாவை எடுத்து கதவை திறக்கிறான்.

கதவுக்கு வெளியே மருத்துவமனை ஊழியர் கார்த்திக் இருவரையும் பார்த்து புன்னகைத்தபடியே பேசுகிறான், “சார் வணக்கம் சார்… ஆம்புலன்ஸ் வந்தாச்சி…”

கண்ணன் வெளியே பார்க்க, அங்கு ஆம்புலன்ஸ் நிற்க, ஆம்புலன்ஸ் டிரைவர் அதன் பக்கத்திலயே நிற்கிறார்.

பின்னர் கண்ணன் மருத்துவமனை ஊழியர் கார்த்திக்கிடம், “ஆம்ம்… வாயா…”

அதற்கு கார்த்திக், “ம்ம்ம்… ஒரு நிமிஷம்…”

கார்த்திக் சொல்லிக்கொண்டே கீழே டிரைவர் கிட்ட போகிறான்.

பின்னர் இருவருமாக ஸ்ட்ரெச்சரை தூக்கிக்கொண்டு கதவு கிட்ட வருகின்றனர்.

கண்ணனும் ராஜூம் அவர்களை வீட்டுக்குள்ளே கூட்டிபோக, அனைவரும் படுக்கை அறை வருகின்றனர்.

அங்கு சிவா மயங்கி கிடக்க பக்கத்தில் திவ்யா அழுது கொண்டு இருக்கிறாள். மருத்துவமனை ஊழியர் கார்த்திக்கும், ஆம்புலன்ஸ் டிரைவரும் ஸ்ட்ரெச்சரில் சிவாவை வைத்து கீழே தூக்கி போகின்றனர், அனைவரும் அவர்கள் பின்னாடியே போகின்றனர்.

கீழே வரும் கார்த்திக்கும், ஆம்புலன்ஸ் டிரைவரும் ஸ்ட்ரெச்சரோடு சிவாவை ஆம்புலன்ஸ் பின்னால் வைக்கின்றனர், திவ்யா ஆம்புலன்ஸ்குள்ளே ஏறி மயக்கத்தில் இருக்கும் சிவா கிட்ட போய் உட்காருகிறாள்.

பின்னர் டிரைவர் ஆம்புலன்ஸ்சில் ஏற முன்னே செல்கிறான், ஆம்புலன்ஸ்க்கு வெளியே காவல்துறை மேலாளர் கண்ணனும், காவலர் ராஜூம், மருத்துவமனை ஊழியர் கார்த்திக்கும் நிற்கின்றனர்.

கண்ணன் ஆம்புலன்ஸ் உள்ளே இருக்கும் திவ்யாவிடம், “திவ்யா... உன்னோட பைக் சாவியை கொடு...”

திவ்யா உடனே தன்னுடைய பைக் சாவியை கொடுக்கிறாள். அதை வாங்கி கொள்ளும் கண்ணன் மருத்துவமனை ஊழியர் கார்திக்கிடம், “இந்தாயா... அந்த பைக் எடுத்துட்டு நீ மருத்துவமனை கிளம்பு...” திவ்யாவின் பைக்-ஐ காட்டி சொல்கிறான், “நாங்க ஆம்புலன்ஸ்ல அங்க வாரோம்...”

“ஓகே சார்...” பைக் சாவியை வாங்கும் கார்த்திக், திவ்யாவின் பைக்கை எடுத்து அங்கிருந்து கிளம்புகிறான்.

பின்னர் கண்ணன் காவலர் ராஜை பார்த்து, “நீ இங்கயே இருந்துக்க... வீட்லயும் யாரையும் காணல... யாராது வந்தா உடனே எனக்கு தகவல் சொல்லு... நாங்க மருத்துவமனைக்கு கிளம்புறோம்.”

ராஜ், "ஓகே சார்..."

பின்னர் கண்ணன் அம்புலன்சில் ஏறி அழுது கொண்டிருக்கும் திவ்யாகிட்ட போய் உட்காருகிறான்.

அங்கே மயக்கத்தில் இருக்கும் சிவா கையில் அந்த கத்தி அப்படியே இருக்கிறது. கண்ணன் ஏறியதும் டிரைவர் ஆம்புலன்ஸ்சை எடுக்கிறார்.

ஆம்புலன்ஸ் அங்கிருந்து கிளம்பியதும் காவலர் ராஜ் பெரியவீட்டுக்கு வெளியே இருக்கும் படிக்கட்டில் போய் உட்காருகிறான்.

அந்த இரவு வேலையில் ஆள் இல்லாத அந்த பெரியவீட்டுக்கு வெளியே தனியாக இருக்க ராஜ்க்கு சற்று பயமாகவே இருந்தது.

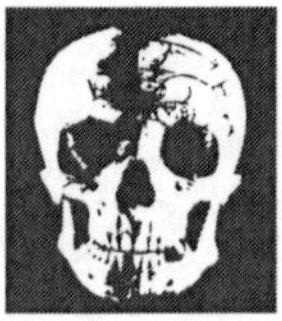

5. என்னதான் நடக்குது?

சாலை வழி பயணம்...

பிப்ரவரி 15, 2015, பின்னிரவு 12.30AM

ஆம்புலன்ஸ் போய்க்கொண்டிருகிறது.

ஆம்புலன்ஸ்-க்கு பின்னால் மயங்கிய சிவா, அவன் கையில் கத்தி, பக்கத்தில் கண்ணீர் வடிய திவ்யா, கூடவே காவல்துறை மேலாளர் கண்ணன்.

கண்ணன் பேச ஆரம்பிக்கிறான், “ச்சே... என்ன நடந்துருக்கும் ஏன்று ஊகிக்க கூட முடியலையே, இதுவரை எந்த துப்பும் கிடைக்கவில்லை...,” சொல்லி சலித்தபடியே திவ்யாவை பார்க்க, அவளோ அழுதுகொண்டு இருக்கிறாள், “திவ்யா... நீயே இப்படி அழுதுட்டு இருந்தா எப்படி இதுக்கு விடை கண்டுபிடிக்க முடியும், நீ ஒரு துப்பறிவாளர்னு மறந்துட்டியா??”

திவ்யா உடனே தன் கண்ணீரை துடைக்கிறாள், “சொல்லுணா....”

கண்ணன், “ம்ம்ம்... நீ இவன இன்னைக்கு கடைசியா எங்க பாத்த??”

திவ்யா, “அண்ணா.... நான் சிவாவ கடைசியா உடுப்பி உணவகத்துல பாத்தேன்... அவன் தான் சாப்பிட கூப்பிட்டு இருந்தான்... சரியா மத்தியானம் 12 மணிக்கு வர சொன்னான், நானும் அங்க போயிருந்தேன்... ஆனா

எப்பவும் போலவே என்ன காக்க வச்சி அறை மணி நேரம் கழிச்சி வந்து சேர்ந்தான்…"

திவ்யா எடுத்து சொல்ல ஆரம்பிக்கிறாள்….

12 மணி நேரத்துக்கு முன்

உடுப்பி உணவகம்

பிப்ரவரி 14, 2015, பிற்பகல் 12.30PM

அது ஒரு ஐந்து நட்சத்திர உணவகம், உணவகத்திற்குள் ஒரு மேசையில் திவ்யா தனியாக காத்திருக்கிறாள். நேரமானதால் அங்கு வரசொன்ன சிவாவின் மேல் கோவத்தில் இருக்கிறாள்.

அப்போது அங்கு வருகிறான் சிவா. திவ்யா அவனை கோவத்தில் பார்க்க, சிவாவோ சிரித்தபடியே கையாட்டிக்கொண்டு அவள் முன்னே வந்து உட்காருகிறான். திவ்யா முறைத்துகொண்டே இருக்க சிவா புன்சிரிப்போடு பேச ஆரம்பிக்கிறான், "என்னாச்சி?? ரொம்ப நேரமாகிட்டா??"

திவ்யா, "இல்ல வெறும் அறை மணி நேரம் தான்… உன் கூடலாம் பழகுறேன்ல. காத்திருக்கிறது எல்லாம் பழகிபோச்சி…" கோவத்தோடே பேசி முடிகிறாள்.

சிவா, "ஹே சாரி சாரி… கொஞ்சம் போக்குவரத்து நெரிசல், அதான்…," சம்மாளிக்க முயற்சி செய்கிறான்.

"போதும். எதுக்கு வர சொன்ன??" திவ்யா கோவம் குறையாமல் பேசுகிறாள்.

"மொதல சாப்டுவோம். சாப்பிட்ட பிறகு தான் எதுனாலும்," சிவா சொல்லி முடிக்க, பின்னர் இருவரும் சாப்பிடுகின்றனர்.

சாப்பிட்டு முடிகின்றனர்.

பிற்பகல் 1.00PM

திவ்யா பேச ஆரம்பிக்கிறாள், “சரி இப்போ சொல்லு… எதுக்கு வர சொன்ன??”

சிவா அவளை பார்த்து லேசாக சிரித்த படியே மனதிற்குள் நினைக்கிறான், “தெரியாத மாதிரியே கேளுடி”

கேனத்தனமாக சிரிக்கிறான் சிவா.

திவ்யா அவனை முறைத்துக்கொண்டே மனதிற்குள் நினைக்கிறாள், “இன்னைக்காது சொல்லி தொலடா”

திவ்யா முறைக்க சிவா வழிந்தபடி சிரித்துகொண்டே இருக்கிறான். கடுப்பாகும் அவள் பேச ஆரம்பிக்கிறாள், “என்ன?? என்ன விஷயம்??”

“அது… அது ஒரு ரகசியம்…,” சிவா இழுத்து இழுத்து பயத்தோடவே பேசுகிறான், “கொஞ்சம் அபாயமான ரகசியம்… நீ இப்படி கோவத்திலேயே இருந்தா எப்படி சொல்றதான்??”

“ஓ. சிரிச்சா சொல்லிருவியா…” சொல்லிக்கொண்டு சத்தமாக சிரிக்கிறாள் திவ்யா, “போதுமா?? இப்போ சொல்லு.”

சிவா, “இது ஆழ் மனசுல இருந்து வர உண்மையான சிரிப்பு மாதிரி தெரிலையே… ஏதோ நான் அந்த ரகசியத்த சொல்ரதுக்காக நடிக்கிற மாதிரிலா இருக்கு…”

சிவா உளறி கொட்ட கடுப்பாகும் திவ்யா, “டேய்… பெரிய உலகமகா ரகசியம்… லவ்வ சொல்ரதுக்கு ஏன்டா இப்படி நடுங்குற??”

சிவா பதட்டமாகிறான், “லவ்வா?? ஐயோ… யார் சொன்னா??”

திவ்யா, “ஓ... பின்ன லவ்வர்ஸ்டே-க்கு மீட் பண்ண கூப்டுட்டு கைமாத்தா பணம் கேப்பியா?? இல்ல இதுகூட தெரியாத பேக்குன்னு என்ன நினச்சிட்டயா??”

சிவாக்கு பதட்டத்தில் நாடி துடிப்பு எகிறுகிறது, “ஐயோ!!! இன்னைக்கு லவ்வர்ஸ்டே-யா???”

திவ்யா மனதிற்குள், “இவன் இந்த ஜென்மத்ல சொல்லமாட்டான் போலயே”

சிவா, “நா உன்ன எதுக்கு கூப்டென்னா... எதுக்குனா??” என்ன சொல்லலாம் என யோசிக்கிறான். ஆனால் பதட்டத்தில் அவனுக்கு ஒன்னுமே தோனவில்லை.

இவன் சொல்லமாட்டான் என்பதை புரிந்து கொண்ட திவ்யா, “மவன இதுக்கு மேல நடிச்ச கொண்ணுருவன்... கிப்ட் எங்கடா??” கிப்ட் கேட்டு தன்னுடைய சம்மதத்தை மறைமுகமாக வெளிப்படுத்துகிறாள்.

அதை கேட்டு சிவா மனதிற்குள் ஆயிரம் பட்டாம் பூச்சி பறக்க, தன் மனதிற்குள், “அடடா இவ நம்மளவிட வேகமாக இருக்காளே, இது தெரியாம மூணு வருசத்த கழிச்சிடோமே....”

சிவா தனக்கே உரிதான அந்த கேன சிரிப்போடு தான் அன்று காலை கதிரோடு சேர்ந்து வாங்கிய கிப்ட்-டை எடுத்து கொடுக்கிறான். சிரித்தபடியே திவ்யா அதை வங்கிக்கொள்கிறாள்.

சிவா அப்படியே வழிஞ்சி கொண்டே பேச ஆரம்பிக்கிறான், “உண்மைய சொல்லனும்னா, உனக்கு கிப்ட் வாங்கபோன இடத்துல தான் கொஞ்சம் நேரம் ஆகிட்டு... எப்படியும் இன்னைக்கு லவ்வ சொல்லனும்னு நினச்சேன் சொல்லிட்டேன்... ஆமா...”

சந்தோஷத்தில் மேசையில் அடிக்கிறான் சிவா.

திவ்யா, "யாரு... நீ லவ் சொன்னியா??"

"ஆமா பின்ன," சந்தோஷத்தில் திரும்பவும் மேசையில் ஓங்கி அடிக்கிறான் சிவா. திவ்யாவும் அவனை பார்த்து சிரிக்கிறாள்.

பிற்பகல் 1.30PM

அப்போது சிவாவின் போன்-க்கு கால் வருகிறது. அவன் எடுத்து பார்க்கவும் கட் ஆகிறது. அது கதிரிடம் இருந்து வந்த கால்.

சிவா, "இவன் ஏன் கால் பண்ணினான்... ஐயையோ... இப்போ தான் நியாபகம் வருது..."

திவ்யா, "என்னதுடா?? என்னாச்சி??"

சிவா, "நா உடனே ஆனமலை சாமியார பாக்கபோனும்..."

திவ்யா, "சாமியாரையா?? எதுக்கு சாமியார்??"

"கதிர் வீட்ல ஏதோ பிரச்சனையாம்... பேய் பிசாசுன்னு பயந்து சாகுறான்..." சிவா பேசி முடிக்கிறான்.

திவ்யா, "பேய்யா... இந்த காலத்துலயாட அதெல்லாம் நம்புறாங்க??"

சிவா, "முதல அவன் மனைவி அஞ்சலிதான் பேய் வருதுன்னு பயந்துட்டு இருந்தா... அதனால அவளுக்கு மனநலம் பாதிச்சிருக்குமோனு நினச்சி மருத்துவமனைக்குலாம் கூட்டி போயிருந்தான். இப்போது இவனும் பயப்பட ஆரம்பிச்சிட்டான்... சரி கொஞ்சம் தைரியமா இருக்கட்டுமேன்னு சாமியார கூட்டிவாரேன்னு சொல்லிருந்தேன்... அதான் கால் பண்றான்னு நினைக்கிறேன்..."

திவ்யா சலித்துக்கொண்டே, "ஹ்ம்ம்... உங்கள எல்லாம் திருத்தவே முடியாது... போ... இனி அந்த சாமியார் அந்த பரிகாரம் இந்த பரிகாரம்னு பாதி சொத்த அமுக்கிறுவான்..."

சிவா, “நீ சொல்றதுலாம் சரிதான்... ஆனா அடுத்தவங்க நம்பிகைய தப்பா சொல்றதும் தப்பு... எப்படியோ நான் சாமியார கூட்டிட்டு அவன் வீட்டுக்கு போறேன்.... அப்பறம் நான் லவ் சொன்னத மறந்துராத... அதுமட்டுமில்ல.... நீ அத ஒத்துகிட்டதையும் மறந்துராத... வேலை எல்லாம் முடிஞ்சி கால் பண்றேன்...”

“ம்ம்ம். பாத்துப்போய்ட்டுவா...” திவ்யா அவனை பிரிய மனமில்லாமல் விடைகொடுக்க சிவா அங்கிருந்து கிளம்பி போகிறான்.

போகும் அவனை அவள் பார்த்துக்கொண்டே இருக்கிறாள்.

சாலை வழி பயணம்

அன்று பிப்ரவரி 15, 2015, பின்னிரவு 1.00AM

ஆம்புலன்சில் திவ்யா கண்ணனிடம் சிவாவை கடேசியாக பார்த்ததை எடுத்து சொல்லி முடிக்கிறாள்.

மயங்கிய சிவாவை மருத்துவமனையில் சேர்க்க ஆம்புலன்ஸ் வேகமாக போக, திவ்யா சொல்வதை கேட்டுக்கொண்டிருக்கிறான் கண்ணன்.

திவ்யா பேசுகிறாள், “சிவா சாமியாரை கூப்பிட போயிருந்தான்... அப்படினா அவன் சாமியார கூட்டிட்டு தான் கதிர் வீட்டுக்கு போயிருப்பானோ??”

அதற்கு கண்ணன், “அப்படி சாமியார கூட்டிட்டு வந்தான்னு நினைச்சாலும் இப்போ சாமியார் எங்க? வீட்ல கதிர் அஞ்சலி எங்க போனாங்க? எதுவுமே தெரியல... சிவா முழிச்சாதான் என்ன நடந்ததுன்னு தெரியவரும்...” சொல்லி முடிக்கிறான்.

ஆம்புலன்ஸ் போய்கொண்டே இருக்க, திவ்யா ஜன்னல் வழியே வெளியே பார்க்கிறாள். அப்போது வெளியே சாலையோரத்தில் அருண் தனது வாகனத்தை பிடித்து கொண்டு நிற்க மதுமிதா அவன் பக்கத்தில் நிற்பதை பார்க்கிறாள்.

அவர்களை பார்த்து திடுக்கிடும் திவ்யா அவர்களை கூர்ந்து கவனிக்கிறாள். அவர்கள் இருவரும் மாற மாற திட்டி சண்டையிட்டு கொண்டிருக்கின்றனர்.

மேலும் அதிர்ச்சியாகும் திவ்யா கண்ணனை கூப்பிடுகிறாள், “அண்ணா அங்க. அந்த இரண்டு பேர்.... பெரிய வீட்டுக்கு வந்த அஞ்சலிக்கு தெரிஞ்சவங்க...”

கண்ணன் திரும்பி பார்கிறான், ஆனால் அதற்குள் ஆம்புலன்ஸ் வேகமாக போவதால் கண்ணனால் அவர்களை சரியாக பார்க்க முடியவில்லை.

கண்ணன் திரும்பி பார்த்தபடியே, “யாரு?? யாரு? சரியா தெரியலையே....”

திவ்யா பதட்டத்தோட பேசுகிறாள், “அதாண்ணா... அந்த அங்க இருந்து பயந்து ஓடி போனாங்கல்லா?? அவங்க??”

கண்ணன், “ம்ம்ம்ம்...”

இருவரும் திரும்பியபடி அங்கேயே பார்த்துக்-கொண்டிருக்க ஆம்புலன்ஸ் வேகமாக போகிறது.

மருத்துவமனை

பின்னிரவு 1.30AM

ஆம்புலன்ஸ் மருத்துவமனை முன் வருகிறது.

அங்கு அவர்கள் முன்னே திவ்யாவின் பைக்கில் அங்கு வந்த மருத்துவமனை ஊழியர் கார்த்திக் அனைவரையும்

எதிர்பார்த்து காத்திருக்க, ஆம்புலன்ஸ் வந்ததும் கிட்ட போகிறான்.

பின்னர் சிவாவை மருத்துவ மனைக்குள்ளே தூக்கிக்கொண்டு போக, பின்னால் திவ்யாவும் கண்ணனும் போகின்றனர்.

கார்த்திக் மயங்கிய சிவாவை தீவிர சிகிச்சை பிரிவில் கூட்டி போக, அப்போது அங்கு வரும் டாக்டர் பிரேம் கதவை மூடுகிறார்.

தீவிர சிகிச்சை பிரிவிற்கு வெளியே கண்ணனும் திவ்யாவும் படபடப்போடு நிற்கின்றனர்.

பெரியவீடு

பெரிய வீட்டின் வெளியே படியில் தனியாக இருக்கிறான் காவலர் ராஜ்.

அப்போது வீட்டுக்குள்ளே பாத்திரம் கீழே விழும் சத்தம் கேட்கிறது. உடனே எழும்பும் அவன் வீட்டிற்குள்ளே போய் பார்பதற்காக கதவு கிட்ட போய் கதவை திறக்க முயற்சி பண்ணுகிறான், ஆனால் இப்போது கதவை திறக்க முடியவில்லை, அதிர்ச்சியாகிறான்.

ராஜ் குழம்பிக்கொண்டே, “கதவு முதல திறந்துச்சே... இப்போ ஏன் திறக்க முடியல??”

தனக்குள்ளே பேசிக்கொண்டு திரும்பவும் திறக்க முயற்சி பண்ணுகிறான், ஆனால் அப்போவும் திறக்க முடியவில்லை.

மருத்துவமனை

தீவிர சிகிச்சை பிரிவில் சிவா இருக்க, வெளியே திவ்யாவும், காவல்துறை மேலாளர் கண்ணனும் படபடப்போடு காத்திருக்கின்றனர்.

அப்போது தீவிர சிகிச்சை பிரிவில் இருந்து டாக்டர் பிரேம் வெளியே வருகிறார், பின்னால் மருத்துவமனை ஊழியர் கார்த்திக்கும் வருகிறான்.

திவ்யா மருத்துவர் பிரேமிடம் பதட்டத்தோட பேசுகிறாள், "சார் என்னாச்சு... அவன் முழிச்சிட்டானா??"

டாக்டர் பிரேம், "தலையில பலமா அடிபட்டிருக்கு. அவன் சுயநினைவில் இல்லை."

திவ்யா, "ஐயோ..."

கண்ணன், "சார்... எதுவும் ஆபத்தான நிலைமையா??"

டாக்டர் பிரேம், "அப்படி சொல்றதுக்கில்ல... சின்ன ரத்த உறைவு தான். அதனால சீக்கிரம் சரி ஆகிருவார்னு நம்புறோம்...."

பின்னர் கார்த்திக்கை பார்த்து, "சிவாவை பாத்துகோப்பா..." சொல்லிக்கொண்டு அங்கிருந்து கிளம்புகிறார் டாக்டர் பிரேம்.

அங்கே திவ்யா, கண்ணன் மற்றும் மருத்துவமனை ஊழியர் கார்த்திக் நிற்கின்றனர்.

கண்ணன் சலிப்போடு, "ச்சே... முடிவில்லாம போய்க்கிட்டு இருக்குதே... சிவாவும் முழிக்கல... இவன யார் இப்படி அடிச்சிருப்பா... பெரிய வீட்டு கதிரும் அஞ்சலியும் எங்க போயிருப்பாங்க???" குழப்பத்தோடு பேசி முடிக்கிறான்.

அதை கேட்ட மருத்துவமனை ஊழியர் கார்த்திக் உடனடியாக, "சார் அந்த பெரிய வீட்டு கதிர் பத்தியா பேசுறீங்க??"

அதற்கு திவ்யா, “ஆமா... அந்த பெரியவீட்டு கதிர்தான். அவன பத்தி உனக்கு தெரியுமா???”

கார்த்திக், “ஆமா... அவங்க மனைவியை இங்கதான் சிகிச்சைக்கு கூட்டிட்டு வந்தாங்க...”

கண்ணன் அதிர்ச்சியோடு, “இங்கேயா??”

கார்த்திக், “ஆமா...”

திவ்யா, “ஆனால் கதிர் மனைவி ஏதோ மனநலம் பாதிக்க பட்டிருக்காங்கன்னு சொன்னாங்க??”

கார்த்திக், “ஆமா சரி தான்.... அவங்களுக்கு மனநலம் பாதிக்க பட்டிருந்திச்சி.... டாக்டர் பிரேம் தான் அவங்களுக்கு சிகிச்சை கொடுத்தார்.... அவர் மனநல நிபுணர்தான்... அவர்கிட்ட அவங்களை பற்றி தகவல் இருக்கும்....”

இதை கேட்ட கண்ணனும் திவ்யாவும் மகிழ்ச்சி அடைகின்றனர்.

கண்ணன், “சூப்பர்... சீக்கிரம் இந்த விடை தெரியா கேள்விக்கெல்லாம் விடை கிடைச்சிரும்... கொஞ்சம் டாக்டர் கிட்ட கூட்டிட்டு போங்க...”

கார்த்திக், “ம்ம்ம்... வாங்க...”

மருத்துவமனை ஊழியர் கார்த்திக் முன்னால் போக, அவன் பின்னாலையே இருவரும் கதிர் பற்றி விசாரிக்க டாக்டரை பார்க்க போகின்றனர்.

பெரியவீடு

வீட்டுற்குள் பாத்திரம் விழும் சத்தம் கேட்டு உள்ளே போய் பார்க்க காவலர் ராஜ் கதவை திறக்க முயற்சி செய்து தோல்வியடைகிறான். கதவு திறக்கவே இல்லை.

முதலில் சிவாவை காப்பாற்றிய போது திறந்த கதவு ஏன் இப்போ திறக்க முடியவில்லை என எரிச்சலோடும், குழப்பத்தோடும் ராஜ் கதவை பார்த்துக்கொண்டிருக்க திரும்பவும் வீட்டிற்குள் அதே சத்தம் கேட்கிறது.

மேலும் குழப்பமடையும் ராஜ் கதவின் சாவித்துளை வழியாக உள்ளே பார்க்கிறான்.

அப்போது வீட்டுக்குள் இருந்து ஒரு அகோரமான பயங்கர உருவம் ராஜின் முகத்தை நோக்கி வருகிறது, "எம்மா... பேய்..." பயத்தில் கத்தும் அவன் ஓடும் முன் அங்கிருந்து தூக்கி வீசப்படுகிறான்.

பெரிய வீட்டுக்கு முன்னே சற்று தூரம் தள்ளி போய் விழும் காவலர் ராஜ் தட்டு தடுமாறி மெதுவாக எழும்புகிறான்.

மருத்துவமனை

திவ்யா மற்றும் காவல்துறை மேலாளர் கண்ணனை மருத்துவமனை ஊழியர் கார்த்திக், டாக்டர் பிரேம் அறைக்கு கதிர் பற்றி விசாரிக்க கூட்டி போகிறான்.

கதவு முன்னே வரும் கார்த்திக் கதவை தட்டிக்கொண்டே, "சார்...."

உள்ளே தன்னுடைய நாற்காலியில் இருக்கும் டாக்டர் பிரேம் வெளியே நிற்பது கார்த்திக் தான் என்பதை அறிந்து, "ம்ம்ம்... உள்ளே வா..."

டாக்டர் பிரேம் கூப்பிட்டதும் கார்த்திக் கதவை திறந்து உள்ளே போகிறான், அவன் பின்னாலையே திவ்யாவும் கண்ணனும் உள்ளே போகின்றனர்.

கார்த்திக்கை மட்டும் உள்ளே எதிர்பார்த்த டாக்டர்க்கு கூடவே திவ்யாவும் கண்ணனும் வருவது கேள்விக்குறியாய்

இருக்க, கார்த்திக் பேச ஆரம்பிக்கிறான், “சார்.... இவங்க அந்த பெரியவீட்டு கதிர் பத்தி விசாரிக்க வந்துருக்காங்க, அந்த கதிரும் அவன் மனைவி அஞ்சலியும் சிகிச்சைக்கு இங்க வந்திருந்தாங்கள்லா, அதான் அவங்கள பத்தி தெரிஞ்சிக்க உங்க கிட்ட கூட்டிவந்தேன்...”

டாக்டர் பிரேம் கண்ணனை பார்த்து பேச ஆரம்பிக்கிறார், “சார் ஏதும் வேலை விசயமாவா?? உங்களுக்கே தெரியும்.... சும்மா யாரை பத்தியும் தகவல் சொல்றது இல்ல...”

கண்ணன், “அது எனக்கு நல்லாவே தெரியும்... வேலை விசயமாத்தான்... இந்த கதிரோட பெரிய வீட்ல இருந்து தான் சிவாவ ஆபத்தான நிலைமைல காப்பாத்தினோம்... வேற அந்த பெரியவீட்ல யாருமே இல்ல.... கதிரும் அஞ்சலியும் எங்க போனாங்கன்னு தெரியல, கதிர் போன்க்கு கால் பண்ணினா சுவிட்ச் ஆப்... அதனால... கதிர் அஞ்சலி பத்தி கொஞ்சம் தகவல் கிடைச்சா இந்த வழக்குக்குல ஓரளவுக்கு தீர்வு கிடைச்சிரும்...”

“ம்ம்ம்...” டாக்டர் பிரேம் தலையாட்டிக்கொண்டே கார்த்திக்கை பார்த்து, “அதோ அங்க இருக்க பையில்ல 112,113 எண் பையில்-களை எடுத்துட்டு வா...”

கார்த்திக் அங்கிருக்கும் அலமாரியில் அடுக்கி வைத்திருக்கும் கோப்புகளில் டாக்டர் சொன்ன எண் கோப்பை தேட போகிறான்

பின்னர் டாக்டர் பிரேம் திவ்யாவையும் கண்ணனையும் பார்த்து பேச ஆரம்பிக்கிறார், “கதிர் வீட்ல சிவா கடுமையா தாக்கப்பட்டிருக்கான். ஆனா நீங்க சிவாவை கண்டுபிடிக்கும் போது அந்த பெரிய வீட்ல யாருமே இல்ல... சரிதான....”

கண்ணன், “ம்ம்ம்... ஆமா...” தலையாட்டுகிறான்.

டாக்டர் பிரேம், “அப்போ கதிர் சிவா இவங்களுக்கு என்ன உறவு?? அதாவது எதுக்கு சிவா கதிர் வீட்டுக்கு போனான்னு சரியான காரணம் எதாவது கிடைச்சிதா??”

திவ்யா, “ஆமா சார்… கதிரும் சிவாவும் நண்பர்கள் தான்… கதிர் தான் எதோ பேய் ஓட்டனும்னு ஆனைமலை சாமியார கூட்டி வர சிவாகிட்ட சொல்லிருக்கான்… ஆனா சிவா சாமியார பெரிய வீட்டுக்கு கூட்டிட்டு போனானா?? இல்ல தனியா தான் போனானா?? அப்புறம் அங்க என்னதான் நடந்துச்சு எதுவுமே தெரியல சார்…” சொல்லி முடிக்கிறாள்.

டாக்டர் பிரேம், “அப்படினா அந்த ஆனைமலை சாமியார் வீட்டுக்கு போய் அவர் பெரிய வீட்டுக்கு போயிருக்காரான்னு தெரிஞ்சிருக்கலாமே….”

திவ்யா, “அங்கேயும் போய் பாத்தாச்சு சார்… அங்க சாமியார் இல்ல…. அவர் எங்க போனாருனே தெரியல…”

அதற்கு டாக்டர் பிரேம், “அப்படினா…”

உடனே கண்ணன் குறுக்கிட்டு, “சார்… விட்டா நீங்களே இந்த வழக்க முடிச்சிருவீங்க போலயே…”

டாக்டர் பிரேம் சிரித்துக்கொண்டே, “ஏன் நாங்க முடிக்கக்கூடாதா… இல்ல முடிச்சாதான் வேண்டாம்னு சொல்லிருவீங்களா??”

இதை கேட்டு அனைவரும் சிரிக்க, அங்கு இரண்டு கோப்புகளை எடுத்து கொண்டுவரும் கார்த்திக் அதை டாக்டர் பிரேமிடம் கொடுக்கிறான்.

டாக்டர் பிரேம் அதை வாங்கி தன் முன் இருக்கும் மேசையில் வைக்கிறார், பின்னர் கார்த்திக்கை பார்த்து, “ஓகே நீ போய் சிவாவை பாத்துக்கோ…”

“ஓகே சார்…” கார்த்திக் தலையாட்டிக்கொண்டே திவ்யாவையும், கண்ணனையும் பார்த்து சின்ன புன்முறுவலோடு அங்கிருந்து கிளம்புகிறான்.

பின்னர் டாக்டர் பிரேம் அந்த இரண்டு கோப்புகளில் முதல் கோப்பான 112-ஆம் எண் கோப்பை திறக்கிறார்.

அதில் கதிருடைய புகைப்படமும் அவன் மனைவி அஞ்சலியோட புகைப்படமும் இருக்கிறது. அதை காண்பித்து டாக்டர் பிரேம் பேசுகிறார்.

"இவன் தான் கதிர். இவ அவன் மனைவி அஞ்சலி... இவளுக்குதான் பிரச்சனை. இவ இங்க வரும்போது அவ நிலைமை ரொம்ப மோசமா இருந்துச்சு...."

திவ்யா, "அஞ்சலிக்கு என்ன பிரச்சனை??"

டாக்டர் பிரேம், "அவளுக்கு மன அழுத்தம் அதிகமாகி தன்னோட நண்பர்கள கற்பனையா உருவாகிட்டா..."

திவ்யா, "உண்மையான நண்பர்கள கற்பனையா உருவாகிட்டாளா??"

டாக்டர் பிரேம், "ஆமா.... ஆனால் அதுவே அவள சாக துணியுற அளவுக்கு பயம்புருதிட்டு."

திவ்யாவும், கண்ணனும் குழம்பி போகின்றனர்.

கண்ணன், "புரியவே இல்ல சார்..."

டாக்டர் பிரேம் லேசாக சிரித்துக்கொண்டே, "சரி உங்களுக்கு புரியும் படி சொல்றேன். அஞ்சலியோட தோழி ஒருத்தி விபத்துல செத்து போறத நேரடியா அவ பாத்துருக்கா, அதை அவளால தாங்கிக்கவே முடியல...."

டாக்டர் பிரேம் பேசுவதை திவ்யாவும் கண்ணனும் ஆர்வமாக கேட்கின்றனர், அவர் பேச்சை தொடர்கிறார்.

"அஞ்சலி அந்த மன அழுத்தத்தினால, செத்துப்போன அந்த நண்பர்கள பத்தியே யோசிச்சி யோசிச்சி அவங்க சாகலன்னு தனக்குள்ளையே சொல்லி சொல்லி கற்பனையில அவங்கள உருவாக்கிட்டா... தான் உருவாக்கின அந்த நண்பர்கள் கூடவே பேசவும்

ஆரம்பிச்சிட்டா, அவங்க நிஜம்னு நம்பிட்டா... ஆனா அவங்க இறந்துட்டாங்கங்கறதையும் அவளால மறுக்க முடியல... ஏன்னா அவங்க சாகறத நேரிலயே பாத்துருக்கா... அதனால ஒரு கட்டத்துல அவள் உருவாக்கின அவளுடைய கற்பனையவே பேய்ன்னு நினைக்க ஆரம்பிச்சிட்டா... பயப்பட ஆரம்பிச்சிட்டா... அவங்க அவளை கொல்ல தான் வாராங்கன்னு நினச்சி அவங்ககிட்ட இருந்து தப்பிக்கிறதுக்காக பயந்து மாடிக்கு ஓடி போய் சாக போறேன், சாக போறேன்னு புலம்ப ஆரம்பிச்சிட்டா... கொஞ்சம் முத்தின கட்டத்துல தான் இங்க வந்தா..."

இதை கேட்கும் திவ்யாவும் கண்ணனும் பதட்டமாகின்றனர், டாக்டர் பிரேம் பேசுகிறார்,

"ஆனா இப்போ சிகிச்சைக்கு அப்புறம் பரவாயில்ல... அந்த செத்து போன நண்பர்கள் இப்போ வரதில்லைன்னு சொல்லிருக்கா..."

திவ்யா சந்தேகத்தோடவே, "ஆனா சார் அந்த செத்துப்போன நண்பர்கள நாம பாக்க முடியுமா??" கேள்வி கேட்கிறாள்.

டாக்டர் பிரேம், "என்ன முட்டாள் தனமான கேள்வி இது?? அவளோட கற்பனைய நாம எப்படி பாக்க முடியும்??"

திவ்யா முழிக்க, டாக்டர் பிரேம் முதல் கோப்பை மூடி வைத்துவிட்டு 113 ஆம் எண் இரண்டாம் கோப்பை எடுக்கிறார்.

டாக்டர் பிரேம் அந்த கோப்பை காட்டி, "இதான் அந்த செத்துபோன அஞ்சலியின் தோழியோட கோப்பு."

டாக்டர் பிரேம் இரண்டாம் கோப்பை திறக்கும் முன் அங்கு ஓடிவரும் கார்த்திக், டாக்டர் அறையை திறந்தபடி மூச்சி வாங்கிறான்.

பின்னிரவு 2.00AM

அவனை திவ்யாவும் கண்ணனும் திரும்பி பார்க்க, கார்த்திக் டாக்டரை பார்த்து பேச ஆரம்பிக்கிறான், "சார். சிவா முழிச்சிட்டான்..."

உடனே திவ்யாவும் கண்ணனும் எழும்ப, டாக்டர் தன் கையில் இருந்த அந்த இரண்டாம் கோப்பை முன்னே இருக்கும் மேசையில் வைத்து விட்டு எழும்புகிறான். அனைவரும் சிவாவை பார்க்க போகின்றனர்.

டாக்டர் அறையில் இருந்து அனைவரும் வெளியே வரும்போது கண்ணனுடைய போன் மணியடிகிறது, அதை எடுத்து பார்கிறான். அது பெரிய வீட்டில் பாதுகாப்புக்கு நின்ன காவலர் ராஜ், உடனே கண்ணன் போனை எடுத்துக்கொண்டு தனியாக போகிறான்.

திவ்யா, டாக்டர் பிரேம் மற்றும் மருத்துவமனை ஊழியர் கார்த்திக் சிவாவை பார்க்க தீவிர சிகிச்சை பிரிவிற்கு போகின்றனர்.

தனியாக வரும் காவல்துறை மேலாளர் கண்ணன், காவலர் ராஜ் தனக்கு பண்ணின போன் அழைப்பை ஏற்கிறான், "ஹலோ... சொல்லுயா..."

ராஜ் பெரிய வீட்டில் இருந்து பயந்து கொண்டே பேசுகிறான், "சார். இங்க உடனே வாங்க சார். இங்க வீட்ல ஏதோ.... பேய் இருக்கு சார்..."

இதை கேட்கும் கண்ணன் கோபத்துடன், "என்னடா உளறுற..."

ராஜ், "சார் இதுக்கு மேல என்னால இங்க இருக்க முடியாது.... எனக்கு என் உயிர் தான் முக்கியம், நீங்க இப்போ இங்க வரலைன்னா நான் கிளம்பி ஸ்டேஷன்க்கு போறேன்..." பதட்டத்தோட பேசி முடிக்கிறான்.

கண்ணன், “டேய் டேய்… நீ அங்கயே இரு… நான் உடனே கிளம்பி அங்க வாரேன்…”

ராஜிடம் பேசி முடிக்கும் கண்ணன், போனை கட் பண்ணிவிட்டு சிவா இருக்கும் தீவிர சிகிச்சை பிரிவை நோக்கி விரைகிறான்.

சிவாவை பார்க்க முதலில் வந்த திவ்யாவும் டாக்டர் பிரேமும் கார்த்திக்குடன் தீவிர சிகிச்சை பிரிவில் வருகின்றனர்.

உள்ளே சிவா, முகம் உறைந்த நிலையில் பயத்தில் மூச்சி வாங்கியபடி அங்கு வந்த அந்த மூவரையும் பதட்டத்தோடு பார்கிறான்.

அவன் கையில் இருந்த அந்த கத்தி அப்படியே இருக்கிறது. அதை இருக்க பிடித்தபடி இருக்கிறான்.

டாக்டர், சிவா கிட்ட போய் அந்த கத்தியை அவன் கையில் இருந்து எடுப்பதற்காக அதை பிடித்து இழுக்கிறார். ஆனால் அவன் அதை இருக்க பிடித்தபடியால் கத்தி வரவில்லை, டாக்டர் பேச ஆரம்பிக்கிறார், “அந்த கத்திய கொடுத்துருபா…” சாந்தமாக கேட்கிறார்.

ஆனால் சிவாவோ சட்டென கத்தியை அவர் கையில் இருந்து இழுத்து உருவி தன் கழுத்து கிட்ட வைக்கிறான். இன்னும் பதட்டமாகி பயந்துகொண்டே பேசுகிறான், “நான் கத்தியை தர மாட்டேன்… அவங்க என்ன கொல்ல வருவாங்க… நான் கத்தியை தர மாட்டேன்… நான் கத்திய தரவே மாட்டேன்…” புலம்பிக்கொண்டே இருக்கிறான்.

இதை கேட்டு கோவமாகும் திவ்யா உடனே சிவா கிட்ட போய் பேசுகிறாள், “யார் உன்ன கொல்ல வருவா?? எதுக்கு இப்படி உளறிட்டு இருக்கிற?? ஒழுங்கா கத்திய டாக்டர் கிட்ட கொடு…”

திவ்யா கோவபட்டதும் மேலும் பதட்டமாகும் சிவா திவ்யாவை பார்த்து சத்தமாக பேசுகிறான், “நான்

சொல்றது உனக்கு புரியலையா?? எல்லாரும் சேர்ந்து என்ன கொல்ல பாக்குறீங்களா??"

உடனே டாக்டர் பிரேம் சிவாவிடம், "சரி சரி... பதட்டப்படாத... ஒண்ணுமில்ல... கத்திய நீயே வச்சிக்கோ... ஆனா அது உன் கையவே குத்திக்காத மாதிரி பாத்துக்கோபா.... நீயே வச்சிக்கோ..." அவனை சமாதான படுத்த முயற்சிக்கிறார்.

இதை கேட்கும் சிவா தன் கழுத்துகிட்ட கொண்டு போன கத்தியை எடுக்கிறான். பதட்டத்தில் இருந்து கொஞ்சம் நிவாரணமாகிறான், ஆனால் முழுவதுமாக இல்லை.

பின்னர் டாக்டர் மெதுவாக சைகையில் திவ்யாவை வெளியே கூப்பிட கார்த்திக்கும் சேர்ந்து மூவரும் தீவிர சிகிச்சை பிரிவில் இருந்து வெளியே வருகின்றனர்.

உள்ளே சிவா கத்தியை இருக்க பிடித்தபடியே வைத்துக்கொண்டிருக்கிறான்.

தீவிர சிகிச்சை பிரிவுக்கு வெளியே டாக்டர், திவ்யா மற்றும் கார்த்திக் நிற்க அப்போது பெரியவீட்டில் காவலுக்கு நின்ன ராஜ்யிடம் போனில் பேசி முடித்து அங்கு வருகிறான் கண்ணன்.

அவர்களை பார்த்து கண்ணன் பேச ஆரம்பிக்கிறான், "என்னாச்சு? சிவா முழிச்சிட்டானா??"

டாக்டர் பிரேம், "ஆமா. ஆனா அவன் ரொம்பவே பயந்து போய் இருக்கான்... நீங்க அவன் கிட்ட ஏதாவது கேட்கனும்னு நினைத்தால், அவன் போக்குல விட்டுத்தான் பிடிக்கணும்... அவசரப்பட்டு நிலைமையை இன்னும் மோசமா ஆக்கிராதிங்க..." அவன் நிலைமையை கூறி எச்சரிக்கிறார்.

கண்ணன், "ஓ..." பின்னர் திவ்யாவை பார்த்து, "சரி திவ்யா நீ இவன விசாரி... பெரியவிட்ல காவலுக்கு நின்ன ராஜ் கால் பண்ணினான்..."

திவ்யா இன்ப அதிர்ச்சியில், “அப்படியா!! என்ன சொன்னான்?? பெரியவீட்ல கதிர் அஞ்சலி யாராவது வந்தாங்களா?? அங்க என்ன நடந்துச்சின்னு எதாவது தெரிஞ்சிதா??” கேள்விகளை அடுக்குகிறாள்.

கண்ணன் சலிப்போடு, “அவன் எதுவும் தெளிவா சொல்லல.... ஆனால் வீட்ல யாரோ இருக்கிறதா சொன்னான்... அதான் நான் அங்க போறேன்...”

திவ்யா, “ம்ம்ம்...” மெதுவாக தலையாட்டுகிறாள்.

கண்ணன் திரும்பி போகிறான். திவ்யா அவனை பார்த்து கொண்டிருக்க சட்டென கண்ணன் திரும்பி திவ்யா கிட்ட வந்து பேசுகிறான், “திவ்யா.... உன்னோட பைக் சாவியை கொடு... என்னோட பைக் பெரிய வீட்ல இருக்கு...”

திவ்யா தலையாட்டிக்கொண்டே தன்னுடைய பைக் சாவியை தேடுகிறாள், ஆனால் அதை காணவில்லை, “பைக் சாவியை எங்கே வச்சேன்...” யோசிக்கிறாள்.

உடனே கார்த்திக் குறுக்கிடுகிறான், “அவங்க பைக் சாவி என்கிட்ட இருக்கு...”

பெரிய வீட்டில் இருந்து சிவாவை காப்பாற்றி கிளம்பும்போது திவ்யாவின் பைக்கை மருத்துவமனை ஊழியர் கார்த்திக் தான் மருத்துவமனைக்கு கொண்டு வந்தான், பின்னர் கார்த்திக் அந்த பைக்கின் சாவியை தன்னிடமே வைத்து கொண்டிருந்திருக்கிறான்.

இப்போது கார்த்திக் திவ்யாவின் பைக் சாவியை கண்ணனிடம் கொடுக்க, கண்ணன் அதை வாங்கி கொண்டு அங்கிருந்து கிளம்புகிறான்.

பின்னர் டாக்டர் பிரேம் திவ்யாவை பார்த்து, “சரி என்ன ஆனாலும் சிவாவை பத்திரமா பாத்துக்கோங்க. அவன விசாரிக்கும்போது அவனுக்கு மனஅழுத்தம் அதிகமாகிட்டா அவன் திரும்பவும் மயங்கலாம்...”

திவ்யா தலையாட்டிக்கொண்டே தீவிர சிகிச்சை பிரிவுக்கு சிவாவை பார்க்க போகிறாள், கூடவே மருத்துவமனை ஊழியர் கார்த்திக் உள்ளே போகிறான்.

உள்ளே சிவாவின் கையில் கத்தி இருக்க, பயத்தில் உளறிக்கொண்டே இருக்கிறான், “அவங்க என்ன கொன்னுருவாங்க... அவங்க என்ன கொன்னுருவாங்க...”

திவ்யா அவன்கிட்ட வருகிறாள், “என்னாச்சுடா உனக்கு?? எதுக்கு இப்படி உளறிட்டு இருக்குற??”

ஆனால் சிவாவோ அவளை பார்க்காமல் புலம்பிக்கொண்டே இருக்கிறான், “எல்லாம் முடிஞ்சிட்டு. எப்படியும் என்ன அவங்க கொன்னுருவாங்க...”

திவ்யா அவனை சாந்தப்படுத்த முயற்சிக்கிறாள், “யாரு உன்ன கொல்லுவாங்க... என்னடா சொன்னதையே சொல்ற... முதல பயப்படுறத விடு... நான் உன்ன சாக விடுவேனா??”

ஆனால் சிவா இன்னும் திவ்யாவை பார்க்கவில்லை.

திவ்யா சத்தமாக பேசுகிறாள், “சிவா... இங்க பாரு... என்ன பாரு...”

சிவா அவளை பார்கிறான்.

பெரியவீடு

காவலர் ராஜ் பயத்தில் கொஞ்சம் தூரமாக போய் பெரிய வீட்டையே பார்த்துகொண்டிருக்க, அப்போது கண்ணன் திவ்யாவின் பைக்கில் அங்கு வருகிறான்.

அவனை பார்த்ததும் ராஜ் அவன் பக்கத்தில் ஓடிவருகிறான், “சார்,” அவன் முகம் பதட்டமாக இருக்கிறது.

ஆனால் கண்ணனோ கோவத்தில் பேசுகிறான், "என்னடா... ஒரு பந்தோபஸ்து வேலைய கூட தனியா பார்க்க மாட்டியா??"

ராஜ் பயத்தோட பேச ஆரம்பிக்கிறான், "சார். அது இல்ல சார்... வீட்டுக்குள்ள என்னமோ இருக்கு சார். வீட்ல இருந்து பாத்திரம் விழுந்த சத்தம் கேட்டுச்சு சார்..."

கண்ணன் பைக்கை நிறுத்திக்கொண்டு சலிப்போடு, "அதுக்கு ஏண்டா என்ன கூப்பிட்ட?? நீயே வீட்ல போய் பார்க்க வேண்டியது தான..."

ராஜ் பயத்தோடவே பேசுகிறான், "கதவ தான் திறக்கவே முடியலையே ... அப்புறம் சாவித்துளை வழியா உள்ளே பார்த்தேன்... அப்போதான் வந்துச்சு அந்த பயங்கர பேய் உருவம். என்ன தூக்கி அடிச்சிட்டு... எப்பா... எப்படியோ தப்பிச்சிட்டேன் சார்... இந்த வீட்ல பேய் இருக்கு சார்..."

கண்ணன் கோவமாகிறான், "என்னடா பேய் மண்ணாங்கட்டின்னு உளறிட்டு இருக்க. கொஞ்சம் முன்னாடி தான கதவ திறந்து வீட்டுக்குகுள்ள போனோம்... இப்போ திறக்க முடியலையா??"

அப்போது பெரிய வீட்டுக்குள் இருந்து பாத்திரம் விழுற சத்தம் கேட்கிறது, அதிர்ச்சியாகிறான் காவல்துறை மேலாளர் கண்ணன்.

ராஜ், "சொன்னேன்ல. சொன்னேன்ல... இதே சத்தம் தான்..."

கண்ணன் அதிர்ச்சியோடு பெரியவீட்டை பார்க்கிறான்.

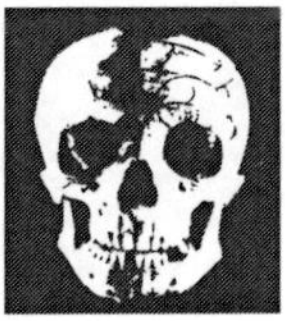

6. காலை நிகழ்வு பகுதி 2 பேய் இருக்குதா??

மருத்துவமனை

அன்று பிப்ரவரி 15, 2015, இரவு 2.30AM

தீவிர சிகிச்சைப் பிரிவில் சிவா திவ்யாவை பார்க்கிறான்.

திவ்யா, "என்ன நம்புறியா???"

சிவா, "ம்ம்ம்..." தலையாட்டினாலும், "ஆனா," சந்தேகத்தோடு இழுக்கிறான்.

திவ்யா, "ஆனாலாம் வேண்டாம்... என்ன முழுசா நம்பு. நான் உனக்கு எதுவும் ஆக விடமாட்டேன்... ஆனால் அதுக்கு நீ எல்லாம் என்கிட்ட சொல்லணும்... இன்னைக்கு என்ன நடந்துச்சி?? உன்ன யாரு இப்படி அடிச்சது?? நீ ஆனைமலை சாமியார கூடிட்டுதான் பெரிய வீட்டுக்கு போயிருந்தியா?? கதிரையும் அஞ்சலியையும் இப்போ எங்க?? எல்லாம்.... எல்லாம்...."

சிவா பதட்டத்தோடவே, "என்ன கண்டிப்பா இதுல இருந்து காப்பாத்துவியா??"

திவ்யா, "கண்டிப்பா காப்பாத்துவேன்... சொல்லு..."

சிவா பயத்தோடவே, "நான் இன்னைக்கு காலைல உனக்கு கிப்ட் வாங்குறதுக்காக கதிரையும் கிப்ட் கடைக்கு கூப்பிட்டு இருந்தேன்... அவனும் வந்தான்...."

சிவா எடுத்து சொல்ல ஆரம்பிக்கிறான்...

16 மணி நேரத்துக்கு முன்

கிப்ட் கடை

அன்று பிப்ரவரி 14, 2015, காலை 10.30AM

அந்த கிப்ட் கடைக்குள் கதிரும், சிவாவும் சிறந்த கிப்ட்டுகாக தேடிக்கொண்டிருகின்றனர்.

அப்போது சிவாக்கு ஒரு கிப்ட் பிடித்து போக அதை எடுத்து பார்கிறான்.

சிவா அதை கதிரிடம் காட்டுகிறான், “மச்சி. இது எப்படி இருக்கு?”

கதிர் அதை பார்கிறான், “செம... சூப்பர்டா... நீ காதலை சொல்ல சொதப்பினாலும், இந்த கிபிட் உன்ன காப்பாத்திரும், இதை காட்டினா ஓகே சொல்லிருவா.”

சிவா, “போடா கிண்டல் பண்ணாத...” சொல்லிக்கொண்டே அந்த கிப்ட்-ஐ பார்த்து சந்தோஷத்தில் சிரிக்கிறான்.

கதிர் பேசுகிறான், “மச்சி நீ இதை வாங்கிட்டு வா... நான் வெளிய போய் வீட்டுக்கு ஒரு கால் பண்ணிக்கிறேன்... நான் வீட்ல இருந்து கிளம்பும்போது அஞ்சலி தூங்கிட்டு இருந்தனால அவ கிட்ட சொல்லாம வந்துட்டேன், இப்போ முழிச்சி இருப்பா...”

சிவா, “ஆம்ம்ம்... ஓகேடா...,” தலையாட்டியபடியே கிப்ட்டோடு அங்கு நிற்கிறான்.

கதிர் உடனே அஞ்சலிக்கு கால் பண்ணி போனை தன் காதில் வைத்தபடியே கடையில் இருந்து வெளியே வருகிறான்.

காலை 11.00AM

கதிர் அஞ்சலிக்கு அடித்த போன் பெரிய வீட்டில் மணியடிக்க, அன்று சாலையோரத்தில் கீழே விழுந்து பெரியவீட்டிற்கு அஞ்சலியை பார்க்க போன மதுமிதா அந்த போனை எடுத்து பேசுகிறாள், “ஹலோ....”

ஆனால் போனை எடுத்து பேசுவது அஞ்சலி என நினைத்து கதிர் பேசுகிறான், “ஹலோ அஞ்சலி... முழிச்சிட்டியா?? நான் சிவாக்கு ஒரு கிப்ட் வாங்க கடைக்கு வந்தேன்... நீ தூங்கிட்டு இருந்ததால உன்கிட்ட சொல்லாம வந்துட்டேன், சாரிமா. தேடினியா???,” கெஞ்சலும் கொஞ்சலுமாக பேசி முடிக்கிறான்.

அதற்கு மதுமிதா அஞ்சலியை வீட்ல காணோம் என்கிற பதட்டத்தோடவே, “ஐயோ சாரிங்க... நான் அஞ்சலி இல்ல. அவ தோழி...,” அவர்கள் பேசுகிறார்கள்.

கடைக்குள்ளே சிவா அங்கு வேலை பார்க்கிற பொண்ணு கிட்ட தான் தேர்வு செய்த கிப்ட்-ஐ காட்டி சிரித்த படியே பேசுகிறான், “ஹாய்... கிப்ட் எப்படி இருக்கு??”

அந்த பெண்ணோ அன்று காதலர் தினம் ஆதலால் அவன் சிரிப்பதை பார்த்து அவன் தன்னிடம் காதல் சொல்லத்தான் வழிகிறான் என நினைத்து வெட்கப்பட்டு பேசுகிறாள், “ச்சே போங்க... இவ்ளோ வெளிப்படையாவா காதலை சொல்வீங்க??” சொல்லிக்கொண்டே வெக்கத்தில் தன் பெருவிரலால் தரையில் கோலம் போடுகிறாள், இதை பார்த்து சிவா அதிர்ச்சியாகிறான்.

“ஐயோ... இது உங்களுக்கு இல்லைங்க... இதை பேக் பண்ணுங்க,” சிவா அதிர்ச்சியோடு சொல்லிமுடிக்க அந்த பெண்ணோ முழித்துக்கொண்டே அவனிடம் இருந்து கிப்ட்-ஐ வாங்கி செல்கிறாள்.

சிவா மனதிற்குள், “ஐயையோ பிப்ரவரி 14 அன்னைக்கு பொண்ணுகள பாத்தாலே வம்பாகிரும் போலயே.... எவ

எவலாமோ என் லவ்வ புரிஞ்சிக்கிறா... ஆனால் இந்த திவ்யா... புரிஞ்சிக்க மாட்டேன்கிறாலே... இன்னைக்கு எப்படி அவள் கிட்ட லவ்வ சொல்ல போறேனோ... என்ன என்ன காமெடிலாம் நடக்கபோகோ... கடவுளே...”

கடைக்கு வெளியே கதிர் போனில் மதுமிதாவிடம் பேசிக்கொண்டே இருக்கிறான், கடேசியாக, “ஆமா நீங்க யாரு??”

பெரிய வீட்டில் இருந்து மதுமிதா போனில், “நான் மது... மதுமிதா.... நானும் அஞ்சலியும் சேர்ந்து தான் படிச்சோம்...”

அதை கேட்கும் கதிர் அதிர்ச்சி ஆகிறான். அப்போது கடைக்குள் இருந்து கிப்ட் வாங்கி விட்டு வெளியே வருகிறான் சிவா.

வெளியே நிற்கும் கதிரிடம் பேசுகிறான், “மச்சி வாங்கிட்டேன்டா.... வா கிளம்புவோம்...”

ஆனால் கதிரோ சிவாவை கவனிக்காமல் அப்படியே நிற்கிறான்.

சிவா இன்னும் சத்தமாக, “டேய்...”

அந்த சத்தத்தில் திடுக்கிட்டு இயல்பாகிறான் கதிர்.

சிவா, “என்னாச்சுடா உனக்கு?? ஏன் உறைஞ்சு போய் நிக்கிற??”

கதிர் பதட்டத்தோட பேச ஆரம்பிக்கிறான், “டேய்... அஞ்சலிக்கு மனநலம் பாதிக்கப்பட்டிருக்குன்னுலா நினைச்சிட்டு இருந்தோம்??”

சிவா, “ஆமா. ஏதோ அவளோட செத்து போன நண்பர்கள் வீட்டுக்கு வராங்கன்னு சொல்லுவா. சிகிச்சைக்கு மருத்துவமனைக்குலாம் கூட்டிட்டு போனேலா. இப்போ பரவா இல்லனு தான சொன்ன...”

கதிர் பதட்டத்தோடவே, “இல்லடா. அவ சொன்ன-தெல்லாம் உண்மை தாண்டா... அந்த செத்து போன அவளோட நண்பர்கள் வீட்டுக்கு வாராங்கடா...”

சிவா, “என்னடா?? உன்னையும் மருத்துவமனைக்கு கூட்டி போனுமா??”

கதிர் பயத்தோட, “டேய். நான் இப்போது அஞ்சலிக்கு கால் பண்ணினேன்லா... அந்த போன எடுத்து பேசினதே அந்த செத்து போன அஞ்சலியோட தோழி மதுமிதா டா.”

இது சிவாவுக்கு சலிப்பை ஏற்படுத்துகிறது, “இப்போவே கண்ணக்கட்டுதே. செத்து போனவ எப்படிடா போன் பேசுவா???”

கதிர் பயந்தபடியே, “டேய் அவளே மதுமிதாணு சொன்னா டா.”

சிவா சிரிக்கிறான், “ஏன்டா இப்படி இருக்க... ஊர்ல அவள் மட்டும் தான் மதுமிதாவா?? வேற யாராது இருக்கும் டா...”

கதிர், “வேற யாராவதுனா பூட்டின வீட்டுக்குள்ள போயிருக்க முடியுமா??”

சிவாவுக்கு லேசாக படபடப்பு தொற்றிக்கொள்கிறது, “என்னடா சொல்ற?? நீ உறுதியா வீட்ட பூட்டிட்டு தான் வந்தியா??”

கதிர், “ஆமா டா... வேற யாராவதா எப்படி இருக்க முடியும்?? அஞ்சலிய வேற காணோம்னு சொல்றா... இப்ப என்ன பண்ணடா??” பயத்தில் கண் கலங்கியபடி நிற்கிறான்.

சிவா குழப்பத்தோடே, “அஞ்சலிய காணோம்னு அவளே சொன்னாளா??”

கதிர், “ஆமாடா... அது கண்டிப்பா பேய் தான்... எனக்கு ரொம்ப பயமா இருக்குடா...”

சிவா, “பயப்படாதடா… எல்லா பிரச்சனைக்கும் தீர்வு உண்டு… ஆனால் அதுக்கு பொறுமையா யோசிக்கணும்… இப்போது இது பேய் தான்னு நீ உறுதியா நம்பினால் ஒரே ஒரு வழிதான் இருக்கு…”

கதிர், “என்ன வழிடா??”

சிவா, “அந்த பேய் இனி இங்க வராதபடி அத ஓட்டனும், எனக்கு தெரிஞ்ச சாமியார் ஒருத்தர் இருக்கிறார். ஆனைமலை சாமியார்… பேய் ஓட்டுறதுல அவருக்கு மிஞ்சினவன் எவனும் இல்ல. அவர கூப்பிட்டிருவோமா??”

கதிர், “ம்ம்ம் சரி அத பண்ணுவோம் டா… வா…”

சிவா, “என்ன வா. சாமியார கூப்பிடுறத நான் பாத்துக்குறேன்… நீ உடனே வீட்டுக்கு கிளம்பி போ…”

கதிர், “என்னடா சொல்ற… எப்படிடா வீட்டுக்கு போறது. அங்கதான் பேய் இருக்குதே டா.”

சிவா கடுப்பாகிறான், “பெரிய பேய்… அங்கதான் உன் பொண்டாட்டி இருக்கிறா. அவ பயத்துல எதாவது பண்ணிரக்கூடாது. நீ உடனே வீட்டுக்கு கிளம்பு. நான் போய் சாமியார கூட்டிட்டு வாரேன்….”

கதிர் பயத்தோடவே, “சரி டா…” சொல்லிக்கொண்டு திரும்பி தன் பைக் கிட்ட போய் ஏறுகிறான் அப்போது சிவா அவனை கூப்பிடுகிறான்.

“டேய் கதிர்… டேய் …” கூப்பிட்டுக்கொண்டே அவன் கிட்ட வருகிறான் சிவா.

தன்னுடைய பைக்கில் ஏறியிருக்கும் கதிர், இருந்தபடியே சிவாவை திரும்பி பார்க்கிறான், “என்னடா??”

கதிர் கிட்ட வரும் சிவா, “சும்மா எப்படிடா சாமியார கூட்டிட்டு வர முடியும். பணத்தை எடு டா??”

கதிர், “ஒ. எவ்ளோ ஆகும் டா…”

சிவா, “யாருக்கு தெரியும். நீ இப்போ ஒரு 5000 எடு. மீதிய அப்பறம் பாத்துக்கலாம்.”

“ம்ம்…சரிடா…” கதிர் தன்னுடைய பர்ஸ்-ல இருந்து 5000 ரூபாய எடுத்து கொடுக்கிறான், “சீக்கிரம் வந்துருடா…” ஏக்கத்தோடு சிவாவை பார்கிறான்.

சிவா, “நீ தைரியமா போடா. பின்னாடியே நான் சாமியார கூட்டிட்டு வரேன்…”

கதிர் தலையாட்டிக்கொண்டே தன்னுடைய பைக்கில் வேகமாக பெரியவீட்டுக்கு கிளம்புகிறான்.

சிவா கதிர் கொடுத்த 5000 ரூபாயை தன்னுடைய பாக்கெட்டில் வைத்து விட்டு கைக்கடிகாரத்தை பார்க்கிறான்.

காலை 11.30AM

“ஐயையோ. திவ்யாவை உடுப்பி உணவகத்துக்கு சாப்பிட கூப்பிட்டிருந்தனே… மணியாச்சே… இன்னைக்கு கண்டிப்பா லவ்வ சொல்லியே ஆகணும்…” சிவா தனக்குள்ளேயே சொல்லிவிட்டு அங்கிருந்து திவ்யாவை பார்க்க உடுப்பி உணவகத்துக்கு கிளம்புகிறான்.

பெரிய வீட்டில்

நண்பகல் 12.00AM

கதிர் பெரியவீட்டுக்கு தன் பைக்கில் வருகிறான்.

பைக்கை கீழே விட்டுவிட்டு பதட்டத்தோடு கதவுகிட்ட ஓடுகிறான், தன்னிடம் இருந்து பெரிய வீட்டு சாவியை எடுத்து கதவை திறந்து உள்ளே ஓடுகிறான்.

பயத்தோடவே கதிர் கீழ்த்தளத்தில் அஞ்சலியை தேடுகிறான், “அஞ்சலி. அஞ்சலி,” கீழே இல்லை.

படபடப்புடன் அஞ்சலியை கூப்பிட்டுக்கொண்டே மேலே முதல் தளத்துக்கு ஓடுகிறான், “அஞ்சலி... அஞ்சலி...”

முதல் தளத்துக்கு வரும் கதிர், படுக்கை அறைக்கு ஓடுகிறான். அங்கு கட்டிலில் தலைகாணியை ஒரு ஆள் படுப்பது போல் அடுக்கி வைத்தபடி இருக்க அங்கும் அஞ்சலி இல்லை. கதிரின் பதட்டம் அதிகரிக்கிறது, மேலே மாடிக்கு ஓடுகிறான்.

மாடியில் இருக்கும் அந்த ஒற்றை அறையை திறந்து வருகிறான். அங்கேயும் யாரும் இல்லை. உடனே அஞ்சலி தான் சாகபோறேன்னு சொல்லி காலையில் ஏறி நின்ன இடத்துக்கு ஓடி போகிறான், அங்கிருந்து அவள் குதித்துவிட்டாளா என பயந்து கீழே பார்கிறான்.

ஆனால் கீழே அஞ்சலி இல்லை.

கதிர் கண்களில் இருந்து கண்ணீர் வழிகிறது, “அஞ்சலி... எங்கடி போன...” அழுகிறான்.

அப்போது அந்த மாடியில் இருக்கும் ஒற்றை அறையின் பக்கத்தில் யாரோ மூச்சி விடும் சத்தம் கேட்கிறது. சத்தம் கேட்டு கதிர் திரும்புகிறான். அங்கு யாரோ ஒளிந்திருப்பது தெரிகிறது. கதிர் பயத்தோடவே கிட்ட போகிறான், “யாரு? யாரது??”

கதிரின் குரல் கேட்டு அங்கு ஒளிந்திருக்கும் பெண் கண்களில் கண்ணீரோடு எழும்புகிறாள். அது அவன் மனைவி அஞ்சலி.

அஞ்சலியை பார்த்த கதிர் இன்ப அதிர்ச்சியாகிறான், “அஞ்சலி. உனக்கு ஒன்னும் ஆகலையே??”

அஞ்சலி அழும் குரலில் பேச ஆரம்பிக்கிறாள், “கதிர். இவ்ளோ நேரம் எங்கடா போன?? டேய்... நான் சொல்றத நம்புடா... எனக்கு பைத்தியம்லாம் இல்லைடா... அந்த ரெண்டு பேயும் இன்னைக்கும் என்னத்தேடி வீட்டுக்கு வந்துச்சுடா...” அழுகிறாள்.

கதிர் பயத்துடனே, "தெரியும்..."

அஞ்சலி, "எப்படி? எப்படி தெரியும்?? இவ்ளோ நாள் நான் சொல்லும் போது நம்பவே மாட்ட..."

கதிர், "இல்லமா. இன்னைக்கு காலைல சிவா அவன் காதலி திவ்யாக்கு கொடுக்க கிப்ட் வாங்குறதுக்கு என்னையும் கூப்பிட்டான், நீ மாத்திரை போட்டு தூங்கிட்டு இருந்த, அதனாலதான் உன்கிட்ட சொல்லாம போயிட்டேன்... போகும் போது கதவ பூட்டிட்டு தான் போனேன்..."

அஞ்சலி பயத்தோடு கதிர் சொல்வதை கவனிக்கிறாள்.

கதிர், "நீ முழிக்கிறதுக்கு முன்னாடி வந்துறலாம்னு நினைச்சிதான் போனேன்.... ஆனால் நினைச்சத விட நேரமாகிட்டு... அதான் நீ முழிச்சி இருப்பேன்னு உனக்கு போன் பண்ணினேன். ஆனால் அந்த போன எடுத்து பேசினதே அந்த செத்துப்போன மதுமிதா தான்...," பயத்தோட பேசி முடிக்கிறான்.

அஞ்சலி நடுங்குகிறாள், "ஐயையோ..."

கதிர், "இங்க என்ன நடந்துச்சுடா... நீ எப்படி அவங்க கிட்ட இருந்து தப்பிச்ச."

அஞ்சலி சொல்ல ஆரம்பிக்கிறாள், "நான் நல்லா தூங்கிட்டு இருந்தேன்... அப்போது காலிங்பெல் அடிச்ச சத்தம் கேட்டு முழிச்சேன். தூக்க கலக்கத்துல உன் நியாபகம் இல்லாம கீழ போய் சாவித்துளை வழியா யாருன்னு பாத்தேன். அங்க... அந்த ரெண்டு பேயும் நின்னுச்சி. எனக்கு உயிரே போய்ட்டு... உடனடியா மேல ஓடி படுக்கை அறைக்கு வந்து நான் படுத்து இருக்கிறது மாதிரி தலையணையை அடுக்கி வச்சிட்டு மேல மாடிக்கு போய்டேன். மேலேயும் அதுங்க வந்துட்டு... ஆனால் அவன் கீழ போன நேரத்துல இங்க வந்து ஒளிஞ்சிடேன்... நான் செத்துபோயிட்டேன்னு நினச்சு போயிட்டாங்கடா...

ஆனால் அவங்க கண்டிப்பா திரும்ப வருவாங்க... அவங்க என்ன சாகடிக்காம விடமாட்டாங்க... அவங்க என்ன சாகடிக்காம விடமாட்டாங்க...” பயத்தில் புலம்ப ஆரம்பிக்கிறாள்.

மருத்துவமனை

அன்று பிப்ரவரி 15, 2015, பின்னிரவு 3.00AM

இது அனைத்தும் எடுத்து சொல்லிக்கொண்டிருக்கும் சிவா சொல்லவதை நிறுத்திக்கொண்டு சட்டென புலம்ப ஆரம்பிக்கிறான், “அவங்க என்ன சாகடிக்காம விட மாட்டாங்க. சாகடிக்காம விட மாட்டாங்க...”

அஞ்சலி கதிரிடம் சொன்ன அதே உரையாடலை சிவா பதட்டமாக திரும்ப திரும்ப சொல்லி மயங்குகிறான்.

சிவா மயங்கியதை பார்த்து திவ்யா அதிர்ச்சி அடைகிறாள், உடனே பக்கத்தில் நிற்கும் மருத்துவமனை ஊழியர் கார்த்திக் மயங்கிய சிவாவின் கையைப்பிடித்து பார்கிறான்.

திவ்யா பதட்டத்துடன், “என்னாச்சு? சிவாக்கு என்னாச்சு??”

சிவாவை பார்த்து முடிக்கும் கார்த்திக், “பெரிய பிரச்சனை ஒன்னும் இல்லை. ஆனால் திரும்பவும் கோமா ஆகிட்டான்... ரொம்ப பயந்ததுனால இப்படி ஆகிட்டு...”

திவ்யாவின் அதிர்ச்சியில், “ஐயோ... இனிமேல் எப்போ முழிப்பான்...”

கார்த்திக், “எப்போ வேணா முழிக்கலாம்...”

திவ்யா, “ச்சே. எல்லாத்தையும் சொல்லுறதுக்கு முன்னாடி மயங்கிட்டானே... அப்புறம் அந்த வீட்ல என்ன

நடந்திருக்கும்… சிவா ஆனைமலை சாமியார கூட்டிட்டு பெரியவீட்டுக்கு போயிருப்பானா?? இப்போ கதிரும் அஞ்சலியும் எங்க போனாங்க??? தேவையான எதையுமே உருப்படியா சொல்லலியே….”

அப்படியே யோசிக்கிறாள் திவ்யா, “ஆனா டாக்டர் சொன்ன அஞ்சலியோட செத்துப்போன நண்பர்கள் இன்னைக்கு காலைல பெரிய வீட்டுக்கு வந்துருக்காங்க… ஆனால் செத்துப்போனவங்க எப்படி வர முடியும்… இப்படி போட்டு குழப்பிட்டு மயங்கிட்டானே….”

அப்போது அஞ்சலிக்கு ஒரு யோசனை தோன்றுகிறது, “அதான் அந்த செத்து போனவங்களோட தகவல் அடங்கிய பையில் டாக்டர் கிட்ட இருக்கே…”

திவ்யா உடனடியாக எழும்பி தீவிர சிகிச்சை பிரிவில் இருந்து வெளியே வருகிறாள்.

பெரிய வீடு

வீட்டுக்குள் இருந்து பாத்திரம் விழும் சத்தம் பயங்கரமாக கேட்க காவல்துறை மேலாளர் கண்ணன் திரும்பி பெரிய வீட்டு கிட்ட போகிறான்.

காவலர் ராஜ், “சார் போகாதீங்க…. அவ்ளோதான் சொல்வேன்…” எச்சரிக்கிறான்.

கண்ணன், “போடா…” அவனை திட்டி விட்டு கதவு கிட்ட போகிறான். கதவை திறக்க முயற்சி செய்கிறான், ஆனால் கதவை திறக்க முடியவில்லை.

கண்ணன் திரும்பி பின்னால் தூரத்தில் பயந்து நிற்கும் ராஜை பார்த்து, “என்னடா… இப்போ கதவ திறக்க முடியல.”

ராஜ், "இவ்ளோ நேரமா இத தான சொல்லிக்கிட்டு இருக்கேன்... நான் என்ன சொன்னாலும் நம்பாதீங்க..." சலித்துக்கொள்கிறான்.

"ம்ம்ம்..." கண்ணன் தலையாட்டிக்கொண்டே பெரிய-வீட்டு கதவை பார்க்கிறான், பின்னர் கதவை உடைத்தாவது உள்ளே போவதற்காக கொஞ்ச தூரம் பின்னால் வந்து வேகமாக ஓடி போய் கதவை இடிக்கிறான். ஆனால் கதவு அப்படியே இருக்கிறது.

மருத்துவமனையில்...

தீவிர சிகிச்சை பிரிவில் இருந்து வெளியே வந்த திவ்யா, டாக்டர் பிரேம் அறைக்குள் போகிறாள். அங்கு டாக்டர் இல்லை, அவருடைய மேசையில் அந்த இரண்டு கோப்புகளும் அப்படியே இருக்கிறது. திவ்யா அந்த செத்து போனவங்களோட இரண்டாவது கோப்பாகிய 113வது எண் கோப்பை எடுக்கிறாள், திறக்கிறாள்.

அதில் மதுமிதா மற்றும் அருணின் புகைப்படம் இருக்கிறது.

அதில், 14 பிப்ரவரி 2014 அன்று காலை 9.30 மணியளவில் நடந்த சாலை விபத்தில் அருண், மதுமிதா இருவருமே சம்பவ இடத்திலேயே பலி என்கிற செய்தியோடு ஒரு செய்தித்தாள் இருக்கிறது.

ஒரு வருடத்துக்கு முன்பே அவர்கள் இருவரும் இறந்த செய்தி அறிந்து திவ்யா அதிர்ச்சியில் திக்குத்திணறி போகிறாள். உடனே தன்னுடைய போனை எடுத்து பெரிய வீட்டுக்கு போன தன் அண்ணனாகிய காவல்துறை மேலாளர் கண்ணனுக்கு கால் பண்ணுகிறாள்.

பெரிய வீட்டில்...

கண்ணன் பெரியவீட்டு கதவை திரும்பவும் ஓடி போய் இடிக்க, அப்போது திவ்யா பண்ணிய போன் கால் அவனுக்கு மணியடிகிறது.

ஆனால் கண்ணன் அதை கவனிக்காமல் திரும்பவும் கதவை இடிக்க ஓடி போக கதவு சட்டென தானாய் திறக்கிறது. உள்ளே வெளிச்சமே இல்லாமல் பயங்கர இருட்டாய் இருக்க, கண்ணன் ஓடிய வேகத்தில் வீட்டுக்குள்ளே போய் விழுகிறான். அவன் உள்ளே போய் விழுந்ததும் கதவுதானாய் மூடிவிடுகிறது.

மருத்துவமனையில்...

திவ்யா டாக்டரின் அறையில் இருந்து கண்ணனுக்கு பண்ணின போன் கால் கட் ஆகிறது, "கட் ஆகிட்டா??" தன்னுடைய போனை பார்க்கும் திவ்யா திரும்பவும் கால் பண்ணுகிறாள்.

ஆனால் இப்போது அவளுக்கு போனில் கேட்டதோ, "நீங்கள் தொடர்பு கொள்ளும் வாடிக்கையாளர் எண் தொடர்பு எல்லைக்கு வெளியே உள்ளது...."

அதிர்ச்சில் தன் பக்கத்தில் இருக்கும் நாற்காலியில் உட்காருகிறாள். அப்போது திவ்யாவின் கை தவறுதலாக தட்டி அந்த இரண்டாவது கோப்பு மேசையின் கீழே திறந்தபடி விழுகிறது. அதில் மதுமிதா மற்றும் அருணின் புகைப்படம் அந்த செய்தித்தாளில் தெரிகிறது.

7. இரவின் முதல் வேட்டை

பெரிய வீட்டில்...

அன்று பிப்ரவரி 15, 2015, பின்னிரவு 3.30AM

பெரியவீட்டுக்குள்ளே போய் விழுந்த கண்ணனை, அங்கிருந்த அந்த பயங்கர இருட்டு கொஞ்சம் வெடவெடக்கவே வைத்தது, விழுந்த கண்ணன் மெதுவாக எழும்புகிறான், "என்னாச்சு?? கரண்ட் போயிட்டா... இவ்ளோ இருட்டா இருக்கு... பயப்படாதடா கண்ணா..."

பயம் இருந்தாலும் தனக்கு தானே தைரியம் சொல்லி தன் போனை எடுத்து அதில் வெளிச்சத்தை போடுகிறான்.

அது மெழுகுவர்த்திரி விளக்கு அளவே வெளிச்சம் இருக்கிறது, அதன் மூலமாக அறையை பார்க்கிறான். அப்போது தான் அவனுக்கு தெரிகிறது அவன் ஓடி வந்த வேகத்தில் வராண்டாவை தாண்டி நடுவரையில் வந்து விழுந்திருக்கிறான். நடுவரையில் நிற்கும் அவன் பின்னர் வீட்டை ஒரு தடம் சுத்தி பார்கிறான், அப்போது வராண்டா கதவருகே இருட்டில் ஏதோ உருவம் நிற்பது போல தோன்ற அதிர்ச்சியாகிறான், "ஏதோ தெரிஞ்ச மாதிரி இருந்து..."

தெளிவாக பார்ப்பதற்காக திரும்பவும் அதே இடத்தை தன் போன் வெளிச்சத்தை வராண்டா கதவு கிட்ட திருப்புகிறான். அப்போது அங்கு நின்ற அந்த பயங்கர உருவம் சட்டென அவன் முகத்துக்கு முன்னே வருகிறது,

அந்த கோர உருவத்தை பார்த்து பயந்து போகும் கண்ணன், போனை கீழே போட்டு விட்டு அலறுகிறான், “ஐயோ. யாரது???”

போன் கீழே விழுந்ததால் அதில் உள்ள வெளிச்சம் அணைந்து வீடு முழுவதுமாக இருட்டாகிறது, சட்டென கீழே விழுந்த போனை தேடி எடுக்கிறான், வெளிச்சத்தை போடுகிறான்.

உடனே போன் வெளிச்சத்தால் சுத்தி பார்கிறான், ஆனால் அங்கு யாருமே இல்லை.

கண்ணன், “யாருமில்ல... பிரம்மை பிரம்மதான். ச்சே.... அந்த ராஜ் கேனையன் பேய்ய பாத்தேன் மண்ணாங்கட்டிய பாத்தேன்னு நம்மளையும் பயப்பட வச்சிட்டானே... சுவிட்ச் போர்டு எங்க இருக்கு... அதை தேடி லைட்ட போடுவோம் முதல்ல, இந்த இருட்டே இன்னும் பயப்பட வைக்குது...”

சுத்தி போன் வெளிச்சத்தால் பார்கிறான், அவன் பக்கத்திலேயே சுவிட்ச் போர்டு இருக்கிறது, அது பக்கத்தில் பெரிய முகம் பார்க்கும் கண்ணாடியும் இருக்கிறது.

உடனே சுவிட்ச் போர்டு கிட்ட போகிறான். முகம் பார்க்கும் கண்ணாடியின் எதிரே வந்து தன் இடதுகையால் போனை பிடித்துக்கொண்டு வெளிச்சத்தை காட்டியபடியே தனது வலதுகையால் லைட் சுவிட்ச்சை போடுகிறான்.

சுவிட்ச் போட்டவுடன் வீடே வெளிச்சமாக மாற, எதிரே இருக்கும் கண்ணாடியில் அவன் முகம் தெரிகிறது, அது மட்டுமில்லாமல் கண்ணாடியில் அவன் பின்னால் அவனைத்தொட்டபடி நின்றுகொண்டிருந்த பயங்கர பேய் உருவமும் சேர்ந்தே தெரிகிறது.

பயத்தின் உச்சிக்கே போகும் கண்ணன் உடனடியாக லைட் சுவிட்ச்சை அணைத்து விடுகிறான். அவன் இடதுகையில் இருக்கும் மொபைல் வெளிச்சம் மட்டும் தெரிகிறது.

கண்ணன் நடுக்கத்தோடு மூச்சி வாங்கிக்கொண்டே, “யாரோ… யாரோ இங்க இருக்காங்க…”

மருத்துவமனையில்…

டாக்டரின் அறையில் நடுக்கத்தில் இருக்கும் திவ்யா, “எப்படி??? எப்படி செத்தவங்கல பாக்க முடியும்???”

பயத்தில் குழம்பி கொண்டிருக்கும் திவ்யாவுக்கு உடனே ஒரு யோசனை தோன்றுகிறது.

திவ்யா அன்று கொஞ்ச நேரத்துக்கு முன்னே சாமியார் உதவியாளிடம் வாங்கிய சாமியாருடைய முகவரி அட்டையை எடுத்துப்பார்க்கிறாள், அதில் ஒரு தொலைபேசி எண் இருக்க அதற்கு கால் பண்ணுகிறாள்.

சாமியார் மடத்தில் அவள் அடித்த போனை சாமியார் உதவியாள் எடுக்கிறார், “ஹலோ…”

திவ்யா, “ஹலோ. சாமியார் மடமா??”

சாமியார் உதவியாள், “ஆமா. ஆனால் சாமியார் வெளிய போயிருக்கார். நான் அவரோட உதவியாள்…”

திவ்யா, “நான் உங்ககிட்ட பேச தான் கால் பண்ணினேன்…”

சாமியார் உதவியாள், “அப்படியா. யார் நீங்க??”

திவ்யா, “கொஞ்சம் நேரத்துக்கு முன்னாடி உங்க மடத்துக்கு வந்தேனே. நான் தேடி வந்த சிவா இருக்கிற இடத்தை மைப்போட்டு பாத்து சொன்னீங்களே…”

சாமியார் உதவியாளுக்கு நினைவு வருகிறது, “ஆ… ஆமா… அந்த துப்பரிவாளர் பொண்ணு தான…”

திவ்யா, “ஆமா. எனக்கு ஒரு சந்தேகம். அதனால தான் கால் பண்ணினேன்…”

சாமியார் உதவியாள், “ம்ம்ம். சொல்லுங்க.”

திவ்யா, “இல்ல… செத்து போனவங்கள நேர்ல பார்க்க முடியுமா??”

திவ்யா தன்னுடைய சந்தேகத்தை மிகுந்த குழப்பத்தோட கேட்கிறாள்.

அதற்கு சாமியார் உதவியாள் மிக சாதாரணமாக, “ம்ம்ம். முடியுமே… ஆனால் பார்த்தவங்க அப்புறம் உயிரோட இருக்க முடியாது….”

திவ்யா, “ஆனால் நான் இருக்கிறேனே!! நான் செத்துப் போனவங்கள பாத்தனே….”

இப்போது குழப்பம் சாமியார் உதவியாளை தொற்றிக் கொள்கிறது, “என்ன சொல்றீங்க… செத்து போனவங்கள பாத்தீங்களா… எங்க பாத்தீங்க?? எப்படி பாத்தீங்க?? கொஞ்சம் தெளிவா சொல்லுங்களேன்….”

திவ்யா சொல்ல ஆரம்பிக்கிறாள், “ம்ம்ம். நீங்க மையில பாத்து சொன்ன முகவரிக்கு போனேன். அங்க தான் அந்த இரண்டு பேர முதல்ல பாத்தேன்… பேசவும் செஞ்சேன். அப்புறம் வீட்டுக்குள்ள போனோம், வீட்டுக்குள்ள நீங்க சொன்ன மாதிரியே சிவா இருந்தான். ஆனால் பயங்கரமா அடிப்பட்டு மோசமான நிலைமைல… அதை பார்த்து அந்த இரண்டு பேரும் பயந்து ஓடிட்டாங்க, அப்புறம் ஆம்புலன்ஸ்ல சிவாவ மருத்துவமனைக்கு கூட்டிட்டு போகும் போது சாலை ஓரத்திலையும் அந்த ரெண்டு பேர பாத்தேன்… இப்போ மருத்துவமனைக்கு வந்த பிறகு தான் தெரியுது அந்த ரெண்டு பெரும் போன வருசமே ஒரு விபத்துல செத்து போய்ட்டாங்க, எனக்கு பைத்தியமே பிடிச்சிரும் போல இருக்கு, எப்படி? எப்படி இது சாத்தியமாகும்??”

சாமியார் உதவியாள், “பொதுவாக பேய் தன்னை பாத்தவங்கள உயிரோட விடாது, அதுங்களுக்கு உணர்ச்சி

ரொம்ப அதிகமா இருக்கும், தங்களுக்கு எவ்ளோ பெரிய நெருங்கிய சொந்தங்களா இருந்தாலும், தங்களுக்கு பாசம் வச்சவங்களா இருந்தாலும் தன்ன பாத்தவங்கள கொலை பண்ணிரும், இதான் பேயோட குணம்..."

திவ்யா, "ஆனால் அவங்க என்ன எதுவும் பண்ண-லையே. நான் மட்டுமில்ல கூட இரண்டு பேரும் அதுங்கள பாத்தோம். ஆனா அவங்க எங்கள பார்த்து பயந்துதான் ஓடுனாங்க..."

சாமியார் உதவியாள், "ஏன்னா அவங்க செத்து போனதே அவங்களுக்கு தெரியல... அதனால அவங்க பேய்னு அவங்களுக்கு புரியல... அதனால் இயல்பாவே அவங்களுக்கு இருக்கிற அதிகபடியான உணர்ச்சி ஒரு சின்ன பதட்டத்துகே அவங்கள ரொம்ப பயப்பட வச்சிருக்கு, அதான் பயந்து ஓடிருக்காங்க..."

திவ்யா, "அப்படினா அவங்களால எந்த பிரச்னையும் இல்லையா... நாம அவங்கள பார்த்து பயப்பட தேவை இல்லையா? அவங்க நம்மள ஏதும் பண்ணமாட்டாங்களா???"

சாமியார் உதவியாள், "அவங்க செத்துபோனது அவங்களுக்கு தெரியாத வரைக்கும் எந்த பிரச்சனையும் இல்ல..."

திவ்யா, "அப்போ அவங்களுக்கு தெரிஞ்சிட்டா..."

சாமியார் உதவியாள், "அவங்களுக்கு அவங்க செத்து போயிட்டாங்கன்னு தெரிஞ்சிட்டா அவங்கள பாத்த அத்தனை பேரையும் முடிச்சிருவாங்க... தவிர பேய்னாலே தனக்குன்னு ஒரு எல்லை இடம், அதுக்குள்ள தான் இருக்கும்... ஆனா நீங்க சொன்னதவச்சி பாக்கும் போது, அவங்க ஒரு வரம்புக்குள்ள இருக்கது மாதிரி தெரியல. சுத்திகிட்டே இருக்காங்க... ஏனென்றால் அவங்க உணர்ச்சி ரொம்ப அதிகமா இருக்கு... இந்த நிலைமைல அவங்களுக்கு

அவங்க செத்து போனது தெரிஞ்சிட்டா அவங்கள பாத்தவங்க யாரும் எங்க போனாலும் தப்பிக்க முடியாது...”

இதை கேட்கும் திவ்யாவின் பயம் அதிகரிக்கிறது, “எதுக்கு இப்படி பயம் காட்டறீங்க... உங்களால அந்த பேய்கள விரட்ட முடியுமா??”

சாமியார் உதவியாள் சாதாரணமாக, “இது பதில் சொல்ல முடியாத கேள்வியாச்சே... வேணும்னா முயற்சி பண்ணி பாக்கலாம். என் குரு ஆனைமலை சாமியார்னா கண்டிப்பா விரட்டிருவாறு...”

திவ்யா, “அவர தான் இன்னும் காணலையே? சாமியார அந்த பெரியவீட்டுக்கு தான் சிவா கூட்டி போக நினைச்சிருக்கான்...இப்போசாமியாரஅவன்பெரியவீட்டுக்கு கூட்டிட்டு போய் இருப்பானானும் தெரியல... என்ன நடந்துருக்கும்னு யோசிக்க கூட முடியல... குழம்பி குழம்பி மண்டையே வெடிச்சிரும் போல இருக்கு... இப்போ செத்து போனவங்கள வேற பாத்துருக்கேன்... சரி அப்படினா ஒரு உதவி பண்ணுங்களேன், அந்த பெரியவீட்டுக்கு நீங்க வருவீங்களா?? அங்க தான் அந்த செத்து போன... அந்த இரண்டு பேயும் அடிக்கடி வருது. நானும் அங்க வரேன்... இதுக்கு ஒரு முடிவு கட்டியே ஆகனும்...”

சாமியார் உதவியாள், “சரி. நான் வாரேன்.... அந்த பெரியவீடு நான் மை போட்டு பார்த்து சொன்ன கே.கே நகர், தெற்கு தெருவில இருக்குற மூன்றாவது பெரிய வீடு தான??”

திவ்யா, “ஆமா. ஆமா... அதேதான்.... அது கதிர்ரோட வீடு...”

சாமியார் உதவியாள், “சரி. நான் உடனே கிளம்பி அங்க வாரேன்,” சொல்லிக்கொண்டு சாமியார் மடத்தில் இருந்து கிளம்புகிறான்.

போனை வைக்கும் திவ்யாவுக்கு இப்போதுதான் அவள் பதட்டத்தில் இருந்து கொஞ்சம் நிம்மதி கிடைக்கிறது, உடனடியாக டாக்டரின் அறையில் இருந்து வெளியே போகிறாள்.

மருத்துவமனைக்கு வெளியே வரும் திவ்யா, பெரிய வீட்டுக்கு போக தன்னுடைய பைக்கை தேடுகிறாள். ஆனால் அங்கு அவள் பைக்கை காணவில்லை, "பைக் எங்க போச்சி...," அப்போது தான் அவளுக்கு நினைவுக்கு வருகிறது, அவள் பைக்கை கண்ணன் வாங்கிக்கொண்டு பெரியவீட்டுக்கு போயிருக்கிறான்.

அப்போது மருத்துவமனைக்கு உள்ளே இருந்து மருத்துவமனை ஊழியர் கார்த்திக் திவ்யாவை நோக்கி வெளியே வர, திவ்யா அவனை பார்க்கிறாள். அவன் கிட்ட ஏதாவது பைக் வாங்கி பெரியவீட்டுக்கு போலாம் என திவ்யா அவனை நோக்கி போகிறாள், "அண்ணா... இங்க ஏதாவது பைக் கிடைக்குமா??"

கார்த்திக் கிட்ட வருகிறான், "பைக்கா? உங்கள எங்கெல்லாம் தேடுறது?? சிவா திரும்பவும் முழிச்சிட்டான்..."

திவ்யா அதிர்ச்சியாகிறாள், "என்ன சொல்றீங்க??"

கார்த்திக், "ஆமா. அவன் முழிச்சிட்டான், போய் பாருங்க..."

மருத்துவமனைக்கு வெளியே வந்த திவ்யா, சிவா முழித்ததை அறிந்ததும் இன்ப அதிர்ச்சியில் இந்த விடை தெரியாத இரவுக்கு விடைகிடைக்கும் என்கிற நம்பிக்கையோடு உள்ளே சிவாவை பார்க்க தீவிர சிகிச்சை பிரிவை நோக்கி ஓடுகிறாள்.

பெரிய வீட்டுக்குள்ளே...

அந்த கும்மிருட்டில் காவல்துறை மேலாளர் கண்ணன் தன்னுடைய போனின் சிறிய வெளிச்சத்தில் பயந்து நடுக்கத்தோடு இருக்கிறான்.

அப்போது வீட்டில் இருந்து ஒரு பெண்ணின் அழுகை சத்தம் காற்றோடு வருகிறது.

கண்ணன் சட்டென சுத்தி திரும்புகிறான், "யார்? யாரது??"

அங்கு யாருமில்லை ஆனால் பெண்ணின் அழுகை சத்தம் கேட்டுக்கொண்டே இருக்கிறது, சத்தம் கேட்கும் திசையை நோக்கி தன் போன் வெளிச்சத்துடன் மெதுவாக நடக்க ஆரம்பிக்கிறான், "யார் நீங்க? எதுக்கு அழுறீங்க? நீங்க எங்க இருக்கீங்க??" நடுங்கிய குரலில் கேள்வியை அடுக்கிக்கொண்டே படிக்கட்டு கிட்ட வருகிறான்.

பெண்ணின் அழுகை சத்தம் மேலே கேட்கிறது. பயத்தில் அவனை அறியாமல் அவன் உடம்பு உதர ஆரம்பித்தாலும் அடக்கிக்கொண்டு தன் போன் வெளிச்சத்தில் அந்த இருட்டுக்கிடையில் படியில் ஏறுகிறான்.

அவன் படியில் ஏற ஏற அந்த பெண்ணின் அழுகை சத்தம் கூடிக்கொண்டே இருக்கிறது.

பெரியவீட்டுக்கு வெளியே...

பின்னிரவு 4.00AM

காவலர் ராஜ் பெரிய வீட்டுக்கு வெளியே பயத்தில் கொஞ்சம் தூரத்தில் வீட்டையே பார்த்து கொண்டு நிற்கிறான்.

அப்போது அங்கு பைக்கில் சாமியார் உதவியாள் வருகிறார், ராஜ் அவரை பார்த்ததும் அவர் கிட்ட ஓடி போகிறான்

சாமியார் உதவியாள் ராஜை பார்த்து, "இது கதிர் வீடுதான??"

ராஜ், "ஆமா சாமி.... ஆனா கதிர் வீட்ல இல்லையே... நீங்க தான் அந்த ஆனைமலை சாமியாரா??"

சாமியார் உதவியாள், "இல்ல... நான் அவருடைய உதவியாள்... நான் கதிர பாக்க வரல... ஒரு துப்பறிவாளர் பொண்ணு தான் இங்க என்ன வர சொன்னாங்க..."

ராஜ், "ஓ... அது எங்க ஐயாவோட தங்கச்சி..."

சாமியார் உதவியாள், "அந்த பொண்ணு எங்க?"

ராஜ், "அவங்க மருத்துவமனைல இருப்பாங்கனு நினைக்குறேன் சாமி... இந்த வீட்ல இருந்து சிவானு ஒருத்தன ஆபத்தான நிலைமைல காப்பாத்தி மருத்துவமனைக்கு கொண்டு போனாங்க..."

சாமியார் உதவியாள், "ம்ம்ம்ம்... அது தெரியும்... அப்புறம் என்கிட்டே அந்த பொண்ணு போன்ல பேசினாங்க. இங்க வரேன்னு சொன்னாங்களே... வரலையா??"

ராஜ், "இல்ல வரலையே சாமி..."

"ம்ம்ம்..." சாமியார் உதவியாள் தலையாடிக்கொண்டே பெரிய வீட்டைப்பார்க்கிறார்.

உடனே ராஜ், "சாமி... எனக்கு ஒரு சந்தேகம்... தீத்துவைப்பீங்களா??"

சாமியார் உதவியாள் ராஜை பார்கிறான், "ம்ம்ம்ம்.... சொல்லுங்க..."

"பேய்...," ராஜ் பதட்டத்துடன், "பேய்லாம் இருக்கா சாமி??"

“ஏன் அப்படி கேக்குறீங்க...” சாமியார் உதவியாள் சிரித்துக்கொண்டே, “நீங்களும் ஏதும் செத்து போனவங்கள பாத்துட்டீங்களா??”

ராஜ், “அப்படிலாம் இல்ல சாமி... ஆனா சிவாவ நாங்க வீட்டுக்குள்ள கண்டுபிடிக்கும் போது வீட்லயாருமே இல்ல... அவன மருத்துவமனைக்கு கூட்டிட்டு போயிட்டாங்க... அப்புறம் நான் மட்டும் வீட்டுக்கு வெளிய பந்தோ-பஸ்த்துக்கு நின்னுட்டு இருந்தேன்... அப்போ வீட்டுக்குள்ள இருந்து பயங்கர சத்தம் கேட்டுது... அதனால வீட்டுகுள்ள யாரதும் இருப்பாங்களோன்னு கதவ திறக்க போனேன், திறக்கவே முடியல, அப்புறம் கதவு சாவித்துளை வழியா வீட்டுக்குள்ள பாத்தேன்... திடீர்னு ஒரு பேய் உருவம் சாமி... என்ன தூக்கி எறிஞ்ச்சிட்டு... இப்போ எங்க ஐயா கண்ணன் கூட நான் சொல்ல சொல்ல கேக்காம வீட்டுகுள்ள போயிருக்காரு... நான் தனியா ரொம்ப பயந்து போய் இருந்தேன். நல்ல நேரத்துக்கு நீங்க வந்தீங்க சாமி...” அனைத்தையும் படபடப்போட சொல்லி முடிக்கிறான்.

சாமியார் உதவியாள், “அப்போ உள்ள ஆள் போயிருக்காங்களா??”

ராஜ், “ஆமாசாமி...” சோகமாக தலையாட்டுகிறான்.

உடனே சாமியார் உதவியாள் பெரியவீட்டு கதவு கிட்ட போகிறார்.

என்ன நடக்க போகிறதோ என பயத்தோட ராஜ் பார்க்கிறான், கதவு கிட்ட வரும் சாமியார் உதவியாள் கதவை திறக்க முயற்சி பண்ணுகிறார், ஆனால் கதவு திறக்கவில்லை.

அதை பார்க்கும் ராஜ், “சாமி.... கதவு திறக்கலையா?? நான் திறக்க முயற்சி பண்ணும் போதும் திறக்கல... எங்க ஐயாவாலையும் திறக்க முடியல... அப்புறம் அவரு கதவ இடிச்சி தான் திறந்து உள்ளே போய் இருக்கார்...”

இதை கேட்கும் சாமியார் உதவியாளும் பின்னால் வந்து ஓடி போய் கதவை இடிக்கிறார்.

மருத்துவனையில்...

திவ்யா மயக்கத்தில் இருந்து முழிச்ச சிவாவை பார்க்க அவன் இருக்கும் தீவிர சிகிச்சை பிரிவுக்கு வருகிறாள்.

உள்ளே வரும் திவ்யாவை பார்த்த சிவா, உடனே தன் கையில் இருக்கும் கத்தியால் தன்னுடைய கழுத்தை அறுக்க முயற்சி செய்கிறான்.

அதை பார்க்கும் திவ்யா அதிர்ச்சியாகி அவன் கிட்ட ஓடுகிறாள், "டேய்.... டேய்... என்னடா பண்ற..."

திவ்யா சிவா கிட்ட ஓடி போய் அவன் கையில் இருந்து கத்தியை பிடுங்குகிறாள்.

சிவா பதட்டத்தோட திவ்யாவை பார்க்க, அவளோ கோவமாக அவனை முறைத்துக்கொண்டே, "என்னடா பிரச்சன உனக்கு??"

சிவா பதட்டத்தோட, "என் கத்திய கொடு.... நான் சாகணும்"

"இச்..." திவ்யாவின் கோவம் அதிகமாகிறது, "எதுக்குடா நீ சாகணும்??"

சிவா, "கத்திய கொடுத்துரு... நான் கண்டிப்பா சாகணும்..." புலம்பியபடியே இருக்கிறான்.

"தர மாட்டேன்..." திவ்யா கோவத்தோடு அந்த அறையை சுத்தி பார்க்க, அவள் பின்னால் இருக்கும் மேசையில் ஒரு லாக்கர் சாவியோடு இருக்கிறது.

உடனே அதன் பக்கத்தில் போகும் திவ்யா லாக்கரை சாவியால் திறந்து உள்ளே கத்தியை வைக்கிறாள்,

பின்னர் அந்த லாக்கரை பூட்டி சாவியை தன்னுடைய பாக்கெட்டில் போடுகிறாள்.

பெரியவீட்டிற்குள்...

இருட்டில் தன் போன் வெளிச்சத்தில் பெண்ணின் அழுகை சத்தத்தை நோக்கி பயம் கலந்த திகிலோடவே படியில் ஏறுகிறான் கண்ணன்.

ஏறி முதல் தளத்துக்கு வருகிறான், அங்கு படுக்கை அறையில் இருந்து அழுகை சத்தம் கேட்கிறது.

படுக்கை அறை கதவு கிட்ட வரும் கண்ணன்பயத்துடனே, "யா....ரது..." திக்கித்திணறி கேட்டுக்கொண்டே உள்ளே அந்த இருட்டுக்குள் தன் போன் வெளிச்சத்தை அடித்து பார்க்கிறான்.

அங்கு கட்டிலில் சிவா அடிபட்டு கிடந்த மெத்தையில் ஒரு பெண், திரும்பி செவரை பார்த்து உட்கார்ந்த படி இருட்டில் அழுது கொண்டிருகிறாள்.

பெரியவீட்டுக்கு வெளியே...

சாமியார் உதவியாள் வீட்டுக்கு உள்ளே போவதற்காக திரும்பவும் கதவை ஓடி போய் இடிக்கிறார். காவலர் ராஜ் சற்று தூரத்தில் நின்னு அதை பார்த்துக்கொண்டே இருக்கிறான்.

அப்போது அவர்கள் பின்னால் தூரத்தில் ஒரு கனத்தகுரல் இருவருக்கும் கேட்கிறது, "யார் நீங்க?? என் வீட்ல என்ன பண்ணிட்டு இருகிங்க??"

மிகவும் கோவமாக பேசிய அந்த குரலை கேட்டு அதிர்ச்சியாகும் சாமியார் உதவியாளும், காவலர் ராஜும் சத்தம் வந்த திசையை திரும்பி பார்க்க, அவர்கள் பின்னால் அங்கு கதிர் நிற்கிறான்.

கதிர், "எதுக்கு இப்படி கதவ உடச்சிட்டு இருகிங்க?? உங்களுக்கு என்ன வேணும்??" கோவமாக பேசி அவர்களை முறைத்துக்கொண்டு நிற்கிறான்.

பெரியவீட்டிற்குள்...

படுக்கை அறைக்குள் கண்ணன் மெத்தையில் திரும்பி இருந்து அழும் அந்த பெண்ணை பயத்தோடவே நெருங்குகிறான்.

அந்த பெண் அழுது கொண்டே இருக்கிறாள்.

கண்ணன் மெதுவாக பேசுகிறான், "யார் நீங்க? ஏன் அழுறீங்க??"

அந்த பெண் திரும்பாமல் அழுது கொண்டே இருக்கிறாள், அந்த இருட்டில் போன் வெளிச்சத்தில் இன்னும் அந்த பெண்ணிடம் கிட்ட நெருங்குகிறான்.

அவனுக்கு பயம் இருந்தாலும் அதை கட்டுப் படுத்திக் கொண்டு அந்த அழும் பெண்ணை கூப்பிட தன் வலது கையை நீட்டுகிறான், ஆனால் அவன் கையோ கிடுகிடு வென பயத்தில் ஆட, தன்னுடைய இடது கையால் அந்த கையை பிடித்து முட்டுகொடுத்து மெதுவாக அவள் முதுகை தொடவும் சட்டென அவள் திரும்புகிறாள்.

அவளை பார்த்து அதிர்ச்சியாகிறான் கண்ணன்.

கண்ணீர் வடிய அழுதபடி அந்த இருட்டில் அவனை திரும்பி பார்க்கும் அந்த பெண், கதிர் மனைவி அஞ்சலி.

பெரியவீட்டுக்கு வெளியே...

கதிர் கோவமா சாமியார் உதவியாளையும், காவலர் ராஜியும் முறைத்துக்கொண்டு நிற்க,

ராஜ் பேச ஆரம்பிக்கிறான், “ஆமா... மொதல நீங்க யாரு??”

கதிர் கோவத்தோடவே, “நான் கதிர்?? இது என் வீடு நீங்கலாம் யாரு??”

சாமியார் உதவியாள், “ஓ... நீங்க தான் கதிரா?? நீங்க தான் சிவா கிட்ட ஆனைமலை சாமியார கூட்டி வர சொன்னீங்களா??”

கதிர், “ஆமா சொல்லிருந்தேன்... நீங்க தான் அந்த சாமியாரா... சிவா எங்க??”

சாமியார் உதவியாள், “நான் அவரு இல்ல... அப்போ சாமியார் இங்க வரலையா??”

கதிர், “இல்லையே இங்க யாரும் வரலையே”

ராஜ் கதிரிடம், “சார்... இவ்ளோ நேரம் நீங்க எங்க போயிருந்திங்க?? நாங்க உங்க நண்பன் சிவாவ தேடிதான் இங்க வந்தோம்...”

கதிர், “சிவாக்கு என்னாச்சி? என்ன பிரச்சன. ஆனால் சிவா இங்க இருப்பான்னு உங்ககிட்ட யார் சொன்னா??”

ராஜ், “சிவா தான்.... அவன் தான் இங்க இருந்து கால் பண்ணினான். ஆபத்துல இருகிறதா. காப்பாத்த சொல்லி. வந்து பாத்தா வீட்டுக்குள்ள சிவா ரொம்ப அடிபட்டுகிடந்தான். அவன மருத்துவமனைக்கு கூட்டிட்டு போயிருக்காங்க...”

கதிர் அதிர்ச்சியாகிறான்..., “நீங்க என்ன சொல்றீங்க?? சிவாவ எங்க வீட்ல இருந்து காப்பாத்துனீங்களா??”

ராஜ், “ஆமா. நீங்க இவ்ளோ நேரம் எங்க போயிருந்தீங்க?? உங்க மனைவி எங்க??”

கதிர், “நான் என் மனைவிக்கு மாத்திரை வாங்க பார்மசி போயிருந்தேன்… அஞ்சலி வீட்லதான் இருக்கா… நீங்க சொல்லுறது எதையுமே என்னால நம்ப முடியல…” அதிர்ச்சியோடும் குழப்பத்தோடும் பேசி முடிக்கிறான்.

ராஜ், “இல்ல, நாங்க சிவாவ காப்பாத்தும் போது வீட்டுக்குள்ள யாருமில்லை. ஆனால் அப்புறம் வீட்டுக்குள்ள ஏதேதோ சத்தம் கேட்கு, பயங்கர உருவம் எல்லாம் வருது, எங்க ஐயா வேற இப்போ வீட்டுக்குள்ள போயிருக்காரு, இங்க என்ன நடக்குனே புரியல….”

கதவு கிட்ட நிற்கும் சாமியார் உதவியாள், “ஆமா நானும் நிறைய கேள்விபட்டேன்… இந்த வீட்ல எதோ பயங்கரம் நடந்துருக்கு…”

கதிர் இதை கேட்டு அதிர்ச்சி அடைகிறான், “அய்யோ…. அஞ்சலி….”

கதிர் பெரிய வீட்டு கதவு கிட்ட ஓடிவருகிறான், கதவு கிட்ட சாமியார் உதவியாள் நிற்கிறார், “சாமி கொஞ்சம் தள்ளுங்க…”

சாமியார் உதவியாள் ஒதுங்கிகொள்ள, கதிர் கதவை திறக்க முயற்சி பண்ணுகிறான்.

மருத்துவமனையில்…

தீவிர சிகிச்சை பிரிவில் சிவாவிடம் இருந்து கத்தியை பிடுங்கி லாக்கரில் வைத்து பூட்டி விட்டு சாவியை தன் பாக்கெட்டில் போட்டு விட்டு சிவாவை முறைத்துக் கொண்டிருகிறாள் திவ்யா.

ஆனால் சிவாவோ கத்தி இருக்கும் லாக்கரையே பார்த்துக்கொண்டிருகிறான்.

திவ்யா கோவத்தோட பேச ஆரம்பிக்கிறாள், “உனக்கு என்னதாண்டா ஆச்சி??”

“தயவு செஞ்சி கத்திய கொடுத்திரு திவ்யா,” சிவா கெஞ்சுகிறான், “என்ன சித்திரவதப்படுத்தாத...”

திவ்யாவின் கோவம் அதிகமாகிறது, “நான்... நான் உன்ன சித்திரவதப்படுத்துறனா?? நீ தாண்டா என்ன சித்திரவதப்படுத்துற...”

“எனக்கு சாகனும... கத்தியை கொடுத்திரு,” சிவா சொன்னதையே சொல்கிறான்.

“ச்ச்சே...,” திவ்யா சலிப்பாகிறாள், “எதுக்கு இப்போ நீ சாகனும்?? அதை சொல்லு.... நான் கத்தியை தாரேன்.”

சிவா பயத்துடன், “அவங்கள பத்தி உனக்கு தெரியாது.... அவங்க என்ன எப்படியும் கொன்னுருவாங்க. அதுக்கு முன்னாடி நான் சாகனும்... தயவு செய்து கத்தியை கொடுத்துரு திவ்யா... தேவையில்லாம நீயும் இதுல மாட்டிக்காத...”

திவ்யா, “டேய். நானே உன்னை கொலை பண்ணி-ருவேன்... எனக்கு எல்லாம் தெரியும்... அந்த மதுமிதாவும் அருணும் ஒரு வருசத்துக்கு முன்னாடியே செத்து போய்ட்டாங்கனும்... இப்போ அவங்க பேயா சுத்துறதும் எல்லாம் தெரியும் டா... ஆனால் அவங்களால ஒரு பிரச்சனையும் இல்லடா. சொல்லப்போனா அவங்க நம்மல கண்டு பயந்து ஓடிருவாங்க... அவங்களுக்கு நாம பயப்பட தேவையே இல்லடா... புரிஞ்சிக்கோ... நானும் அவங்கள பாத்துருக்கேன்...”

சிவா பயத்தோடவே, “இல்ல... நான் அவங்கள பத்தி பேசல.... உனக்கு இன்னைக்கு நடந்தது எதுவும் முழுசா தெரியாது....”

திவ்யா இதை கேட்டு அதிர்ச்சியாகி சிவாவை பார்க்கிறாள்.

பெரியவீட்டிற்குள்...

படுக்கை அறையில் கண்ணன் அழுது கொண்டிருக்கும் பெண்ணை பார்த்து திடுக்கிட்டு போனாலும், கொஞ்சமே கொஞ்சம் போன் வெளிச்சத்துகிடையில் அந்த பெரிய வீட்டு இருட்டு அவனை இன்னும் பயம்புருத்தினாலும், டாக்டரிடம் கதிர் பற்றி விசாரிக்கும் போது பார்த்த கோப்பில் இருந்த புகைப்படம் நினைவுக்கு வர, அந்த அழுதுகொண்டிருக்கும் பெண் கதிர் மனைவி அஞ்சலி தான் என்பதை உணர்ந்து கொள்கிறான்.

கண்ணன் மெதுவாக பேச ஆரம்பிக்கிறான், “நீங்க அஞ்சலிதான?? நீங்க வீட்ல தான் இருந்திங்களா?? எதுக்கு அழுறீங்க?? உங்க கணவன் கதிர் எங்க??” தன் கேள்வி அனைத்தையும் பயத்தோடவே கேட்டு முடிக்கிறான் கண்ணன்.

ஆனால் அஞ்சலியோ அழுகையை இன்னும் நிறுத்தவில்லை. கட்டிலில் அழுது கொண்டே அவள் பேச ஆரம்பிக்கிறாள், “என்ன யாருமே நம்பமாட்டேன்குறாங்க...” இன்னும் சத்தமாக அழுகிறாள்.

கண்ணன், “ஐயோ அழாதிங்க. உங்க பிரச்சனைய சொல்லுங்க... நா நம்புறேன்...”

அஞ்சலி அழுதுகொண்டே, “நெஜமா நம்புவீங்களா???”

கண்ணன் பதட்டதோடவே, “ம்ம்ம்... சொல்லுங்க...”

அஞ்சலி மிகுந்த பயத்துடன் பேசுகிறாள், “பேய் இருக்குது... பேய் இருக்குது...”

பெரியவீட்டுக்கு வெளியே...

கதிர் பெரியவீட்டு கதவை திறக்க முயற்சி பண்ண, ஆனால் அவனாலயும் கதவை திறக்க முடியவில்லை.

அதை பார்க்கும் சாமியார் உதவியாள் பேச ஆரம்பிக்கிறான், "நானும் திறந்து பாத்தேன்.... .கதவு திறக்கவே முடியல..."

கதிர், "ம்ம்ம். சில நேரம் இப்படி தன்னாலே லாக் ஆகிருது... லாக்க மாத்தனும்... உள்ளே போன போலீஸ் நம்பர் இருக்கா??"

ராஜ், "ஆமா... நா அவருக்கு கால் பண்றேன்..."

காவலர் ராஜ் கண்ணனுக்கு கால் பண்ணுகிறான். ஆனால் அதில், "நீங்கள் தொடர்பு கொள்ளும் வாடிக்கையாளர் எண் தொடர்பு எல்லைக்கு வெளியே உள்ளது..." என்று கேட்கிறது.

இதை கேட்டு கடுப்பாகிறார் ராஜ், "ச்சே..."

கதிர், "என்னாச்சி??"

ராஜ், "வீட்டுகுள்ள சிக்னல் கிடைக்கல போல... அவர்க்கு கால் போகல... நீங்க அஞ்சலிக்கு முயற்சி பண்ணி பாருங்களேன்...."

கதிர், "இல்ல அவள் இப்போ தூங்கிட்டு இருப்பா... அவளுக்கு மனநலம் கொஞ்சம் பாதிக்கபட்டுருக்கு... அவள் சிகிச்சைல இருக்கிறா..."

சாமியார் உதவியாள், "அச்சச்சோ... அப்போ வீட்டுகுள்ள போகவே முடியாதா??"

கதிர், "போலாம்... வீட்டுகுள்ள போக இன்னொரு வழி இருக்கு, என் பின்னாடியே வாங்க..." சொல்லிக்கொண்டே அவன் பெரிய வீட்டுக்கு பின்னாடி போகிறான், அவன் பின்னால் காவலர் ராஜும் சாமியார் உதவியாளும் போகின்றனர்.

ராஜ்கும் சாமியார் உதவியாளுக்கும் வீட்டுக்குள் போனால் இந்த மர்மமத்துக்கெல்லாம் விடைகிடைச்சிரும் என்கிற மகிழ்ச்சியோடு கதிர் பின்னே போகின்றனர். கதிர் பெரிய வீட்டுக்கு பின்னாடி வந்து நிற்கிறான்.

அங்கு ஒரு குழாய் வீட்டின் மேலிருந்து கீழ் வர வீட்டை ஒட்டி இருக்கிறது. கதிர் அதை காண்பித்து பேசுகிறான், “இது வழியா ஏறினா மேல மாடிக்கு போயிறலாம்... அப்றோம் அங்க ஒரு அறை இருக்கும், அதை திறந்து கீழ வீட்டுக்குள்ள போயிறலாம்...”

இருவரும் தலையாட்டுகின்றனர்.

“சரி ஏறுங்க...” கதிர் ஏற சொல்ல முதலில் காவலர் ராஜ் குழாயை பிடித்து ஏற அவன் பின்னால் சாமியார் உதவியாள் ஏற கடேசியாக கதிர் ஏறுகிறான்.

ஏறுவதற்கு கொஞ்சம் கடினமாகவே இருந்தது, குழாயில் பாதியளவு ஏறிக்கொண்டிருக்கும் போது,

சாமியார் உதவியாள், அவனுக்கு மேலே ஏறும் காவலர் ராஜை பார்த்து, “யோவ் போலிசு பாத்து ஏறு... வழிகி எங்க மேலே விழுந்துராத...”

மூவரும் சிரித்துக்கொண்டே ஏறுகின்றனர்.

8. காலை நிகழ்வு பகுதி 3

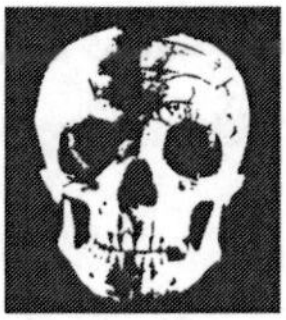

மருத்துவமனையில்...

அன்று பிப்ரவரி 15, 2015, பின்னிரவு 4.30AM

தீவிர சிகிச்சை பிரிவில் திவ்யா சிவாவை அதிர்ச்சியோடு பார்க்கிறாள்,

சிவா பேசுகிறான், "உனக்கு எல்லாம் தெரிஞ்சால்... நீ இப்படி பேசமாட்ட..."

திவ்யா, "அப்படி எனக்கு என்ன தான் தெரியாது... அப்போ அதை சொல்லு..."

சிவா, "எல்லாம் சொல்லிட்டா கத்திய தந்துருவியா??"

திவ்யா, "நீ மொதல சொல்லு. அப்றோம் யோசிக்றேன்..."

சிவா, "இல்ல... எனக்கு கத்தி வேணும்... கத்தி வேணும்...," திரும்பவும் புலம்ப ஆரம்பிக்கிறான்.

திவ்யா உடனே, "சரி சரி.... தாரேன்.... சொல்லு," சலிப்புடனே சொல்கிறாள்.

சிவா, "இன்று காலைல கதிர் என் கூட கிப்ட் வாங்க கடைக்கு வந்தான், பிறகு கதிர் கடைல இருந்து வீட்டுக்கு கால் பண்ணும்போது அஞ்சலிக்கு பதிலா செத்துப்போன மதுமிதா போன எடுத்தா... பயந்துபோன கதிர்கிட்ட நான் தான் சாமியார கூட்டிவாரேன்னு தைரியம் சொல்லி வீட்டுக்கு அனுப்பினேன்.... கதிர் பெரிய வீட்டுக்கு வந்து அஞ்சலிய

மாடில கண்டுபிடிச்சான்... அவள் பயத்துல அந்த பேய் அவள கொன்னுரும்னு புலம்பிட்டு இருந்தா..."

திவ்யா குறுக்கிட்டு..., "இதெல்லாம் தெரியும் டா... அதுக்கு அப்பறம் என்ன நடந்து??"

சிவா, "ம்ம்ம்... சொல்றேன்..."

சிவா எடுத்து சொல்ல ஆரம்பிக்கிறான்....

15 மணி நேரத்துக்கு முன்

பெரிய வீடு

அன்று பிப்ரவரி 14, 2015, பிற்பகல் 1.30PM

பெரியவீட்டு மாடியில் கதிரிடம் அஞ்சலி பயத்தில் புலம்பிக்கொண்டு நிற்கிறாள்,

"என்ன அவங்க கொல்லாம விடமாட்டாங்க..."

கதிர், "ஹேய்... பயப்படாத மா...," அவளுக்கு தைரியம் சொல்கிறான், "நாம இனி எதுக்கும் பயப்பட வேண்டாம். சிவாகிட்ட பேய் ஓட்டுறதுக்கு சாமியார கூட்டிட்டு வர சொல்லிருக்கேன்..."

ஆனால் அஞ்சலி, "இல்ல... இந்த வீடு இனி வேண்டாம்டா..." பயந்துகொண்டே இருக்கிறாள்.

கதிர், "அஞ்சலி... இப்போ சாமியார் வந்துருவார் டி... அவர் அந்த பேயலாம் ஒன்னும் இல்லாம பண்ணிருவாரு... நீ எதுக்கும் பயபடாதே..."

"இல்ல வேண்டாம்," அஞ்சலி குறுக்கிடுகிறாள், "இனி இந்த வீட்ல நான் இருக்க மாட்டேன்...."

கதிர் கோவமடைகிறான், "ச்சே... சொன்னதையே சொல்லிட்டு இருக்காத..."

அவளிடம் சொல்லிவிட்டு கதிர் சிவாவை நினைக்கிறான், "உடனே வரேன்னு சொன்னான்... எங்க போய் தொலைஞ்சான்..." சொல்லிக்கொண்டே தன் போனை எடுத்து சிவாவுக்கு கால் பண்ணுகிறான்.

ஆனால் அஞ்சலியோ தான் எவ்வளவோ சொல்லியும் கதிர் கேட்காததால் கோபமடைகிறாள், கதிரை முறைக்-கிறாள், கோபத்தோட பேச ஆரம்பிக்கிறாள்,

"நான் சொல்லுறத கேட்கமாட்ட இல்ல... இந்த வீட்லயே இருந்து அந்த பேய்ங்க என்ன கொல்லனும் அப்படித்தான... அதுக்கு முன்னாடி நானே செத்து போறேன்...," சொல்லிக்கொண்டே அவள் மாடியில் இருந்து குதிக்க முயற்சிக்கிறாள்.

கதிர் அதை பார்த்து அதிர்ச்சியாகிறான், "ஏய். ஏய்..." ஓடி போய் அவளை பிடிக்கிறான்.

கதிர், "ஏன்டி இப்படி..."

அஞ்சலி கதிரை பார்த்து அழுகிறாள்.

கதிர், "நான் இப்போ என்ன பண்ணனும்னு நினைக்குற... சொல்லு..."

அஞ்சலி அழுதுகொண்டே பேசுகிறாள், "இப்போ உடனே வேற வீடு பார்க்கணும்... இன்னைக்கே வேற வீட்டுக்கு போனும்... இனி இந்த வீடு வேண்டவே வேண்டாம்..."

கதிர் பெரு மூச்சிவிடுகிறான், "சரி பாக்குறேன் போதுமா... கண்ணீர தொட..."

அஞ்சலி கண்ணீரை துடைக்கிறாள்.

கதிர், "சரி கீழ வா..."

அஞ்சலி தலையாட்ட இருவருமாக கீழே போகின்றனர், கீழே முதல் தளத்துக்கு வரும் அஞ்சலியை கதிர் படுக்கை அறைக்கு கூட்டி போகிறான், போய் கட்டிலில் அஞ்சலியை உட்கார வைக்கிறான், அஞ்சலி பயந்தபடியே இருக்கிறாள்.

கதிர் அவள் பக்கத்தில் நின்று பேச ஆரம்பிக்கிறான், "அஞ்சலி... இங்க பாரு..."

அஞ்சலி கதிரை நிமிர்ந்து பார்க்கிறாள்.

கதிர், "எதையும் நினைச்சு மனச போட்டு குழப்பிக்காத... கொஞ்சம் நேரம் நிம்மதியா தூங்கு... நான் **வேறொரு** வீடு பார்த்துட்டு வரேன்..."

"ம்ம்ம்..." அஞ்சலி மெதுவாக தலையாட்டுகிறாள்.

பின்னர் கதிர் படுக்கை அறையில் இருந்து கிளம்பி போகிறான்.

அஞ்சலி படுக்கை அறையில் கட்டிலின் மேல் பதட்டத்துடன் இருக்கிறாள்.

பெரியவீட்டின் கீழ்தளத்தில் சமயலறையில் ஒருவனு-டைய கை போய் அங்கிருந்து ஒரு கத்தியை எடுக்கிறது, அந்த கை கத்தியோட படியில் ஏறி முதல் தளத்துக்கு வந்து அப்படியே படுக்கை அறைக்குள் போகிறது, அந்த கத்தியோடு வந்த ஆளை படுக்கை அறையில் இருந்த அஞ்சலி பார்க்கிறாள், அதிர்ச்சியாகிறாள்.

அந்த கத்தியோடு வந்தவன் வேறுயாரும் இல்லை, அஞ்சலியின் கணவன் கதிர், அவன் அஞ்சலி கிட்ட நடந்து வருகிறான்.

"இந்தா இதை வச்சிக்கோ...," கதிர் தான் கொண்டு-வந்த கத்தியை அஞ்சலியிடம் கொடுக்க, அவள் வாங்கிக்கொள்கிறாள்.

கதிர், "யாரவது வந்தாங்கனா குத்தி ஏறக்கிறு. ஆனால் எந்த காரணம் கொண்டும் மாடிக்கு மட்டும் போகக்கூடாது சரியா??"

"ம்ம்ம்..." தலையாட்டுகிறாள் அஞ்சலி.

கதிர், "தைரியமா இரு... நான் வீடு பாத்துட்டு வரேன்..."

அஞ்சிலி புன்சிரிப்போட தலையாட்ட கதிர் படுக்கை அறையில் இருந்து போகிறான்.

அஞ்சலி கதிர் கொடுத்த கத்தியை கையில் பிடித்த-படியே கட்டிலில் படுக்கிறாள்.

பெரிய வீட்டுக்கு வெளியே வரும் கதிர் பைக் எடுத்துக்கொண்டு கிளம்புகிறான்...

சாலையில்...

பிற்பகல் 2.00PM

கதிர் சாலையில் வேகமாக போய் கொண்டிருக்க, அப்போது சாலை ஓரத்தில் ஏதோ ஒரு ஜோடி சண்டை இட்டுக்-கொண்டிருக்க, அவன் வண்டி ஓட்டிய படியே அவர்களை கூர்ந்து பார்க்கிறான். அது அஞ்சலின் இறந்துபோன நண்பர்களாகிய மதுமிதாவும், அருணும். கதிர் அதிர்ச்சி ஆகிறான்.

பெரிய வீட்டில்...

பிற்பகல் 3.00PM

அஞ்சலி படுக்கை அறையில் நல்ல தூங்கி கொண்டிருகிறாள், அவள் கையில் இறுக்கமாக பிடித்தபடி

கதிர் கொடுத்த கத்தி இருக்கிறது, அப்போது வீட்டின் அழைப்பு மணி அடிக்க, அஞ்சலி கண் முழிக்கிறாள், அதிர்ச்சியாகி எழும்புகிறாள்.

வந்தது இறந்து போன நண்பர்கள் என நினைத்து கையில் கத்தியோட வேகமாக மாடிக்கு ஓடுவதற்காக படிக்கட்டுகிட்ட வருகிறாள். ஆனால் அஞ்சலியை மாடிக்கு ஓடவிடாமல் ஒரு கை அவளை பிடிக்க அவள் நடுங்கி விடுகிறாள்.

அஞ்சலி அவன் யார் என்று கூட பார்க்காமல் தன்னிடம் இருக்கும் கத்தியால் அவனை தாக்க முயற்சிபண்ண, அவன் அந்த கத்தி தன்னை தாக்காதபடி அதை தட்டிவிட இருவரும் நிலை தடுமாறி கீழே விழுகின்றனர், அஞ்சலி பயந்து தள்ளி போகிறாள், கத்தி தூரமாக போய் விழுகிறது, அந்த ஆள் பேசுகிறான்,

“ஹேய். நான் தான் பயப்படாத”

அஞ்சலி அந்த ஆளை பார்க்கிறாள், அது கதிர்.

கதிர், “மாடிக்கு போக கூடாதுன்னு சொல்லதான செஞ்சேன்...”

கோவமாகிறாள் அஞ்சலி, “நீ எதுக்கு பெல் அடிச்சிட்டு வந்த... நான் அந்த பேய் தான் வந்துட்டுன்னு பயந்துட்டேன்... அதான்...”

கதிர் இதை கேட்டுக்கொண்டே எழுப்புகிறான், ஆனால் அஞ்சலியோ விழுந்தபடியே இருக்கிறாள்.

அஞ்சலி, “சரி... போன காரியம் என்னாச்சி? வீடுகிடச்சுதா??” ஏக்கத்தோடு கேட்கிறாள்.

கதிர், “நான் போனா கிடைக்காம இருக்குமா... கை கொடு...” சொல்லிக்கொண்டே தன்னுடைய கையை நீட்ட, கீழே கிடக்கும் அஞ்சலி அவன் கையை பிடித்து எழும்புகிறாள்.

வேறொரு வீடு கிடைத்தது என்பதை கேள்விப்பட்டதும் அஞ்சலி மகிழ்ச்சியாகிறாள், "ஐய்... வீடு எங்க... எப்படி இருக்கு..."

கதிர், "இங்க பக்கத்துல தான். வீடு சின்னது தான் ஆனா எனக்கு ஓகே... உனக்கும் பிடிச்சிருந்தா இன்னைக்கே போய்ரலாம்..."

"ஓகே. ஓகே... அப்போ உடனே பார்க்க போவோம்..." வீடு கிடைத்த சந்தோஷத்தில் அஞ்சலியின் முகம் சிரிப்பில் மின்னுகிறது.

கதிர், "ரொம்ப நாளைக்கு அப்புறம் இப்போ தாண்டி உன் முகத்துல சிரிப்ப பாக்குறேன்... சரி வா போவோம்..." சொல்லிக்கொண்டே அவன் கீழே போக அவளும் பின்னாடியே வருகிறாள்.

கீழ் தளத்துக்கு வருகின்றனர், கதிர் அங்கிருக்கும் முகம் பார்க்கும் கண்ணாடியில் தலைவாரியபடியே அஞ்சலியிடம், "உன் வண்டி சாவிய எடுத்துக்கோ... உன் வண்டில தான் போறோம்..."

"ம்ம்ம். ஓகே ஓகே..." அஞ்சலி தன்னுடைய பைக் சாவியை எடுக்க இருவரும் பெரியவீட்டில் இருந்து வெளியே வருகின்றனர்.

பின்னர் அஞ்சலி தன் பைக்கை எடுக்க, பின்னால் கதிர் போய் ஏறுகிறான்.

பிற்பகல் 3.30PM

அஞ்சலி வண்டியை எடுத்துக்கொண்டு கிளம்புகிறாள்.

சிறிய வீடு

பிற்பகல் 4.00PM

கதிர் வழி சொல்ல, அஞ்சலி வண்டியை அந்த சிறிய வீட்டுக்கு முன்னே கொண்டு வருகிறாள்.

இருவரும் வண்டியில் இருந்து இறங்குகின்றனர்.

கதிர் பேசுகிறான், "இந்த வீடு தான்..."

பேசியபடியே கதிர் அந்த வீட்டின் சாவியை எடுக்கிறான், "இந்தா சாவி... போய் பாரு..." அவன் கொடுக்க, அஞ்சலி அதை வாங்கிகொண்டு அங்கிருந்து வீட்டை பார்க்கிறாள்.

பெரிய வீட்டை ஒப்பிடும்போது அது ரொம்ப சின்ன வீடு.

கதிர், "சின்ன வீடு இல்ல...."

அஞ்சலி, "அது பரவாயில்ல... பயம் புருத்தாத வீடா இருந்தா போதும்..."

கதிர், "சரிதான்... நீ போய் பாரு... உனக்கு பிடிச்சிட்டா அதுக்கப்பறம் இந்த சின்ன வீடுதான் நம்ம வீடு..."

"ம்ம்ம. ஓகே... ஓகே..." அஞ்சலி திரும்பி அந்த வீட்டின் சாவியோடு வீட்டுக்கிட்ட போகிறாள்.

கதிர் வண்டிகிட்ட நிற்கிறான்.

அஞ்சலி அந்த வீட்டின் கதவு கிட்ட போய் சாவியால் கதவை திறக்கிறாள், முதலில் ஒரு சின்ன வராண்டா, அப்படியே உள்ளே போக அடுத்தது நடுவரை, கவனிப்பாரின்றி கொஞ்சம் தூசி படிந்து இருக்கிறது வீடு, சுத்தி பார்க்கிறாள். வீடு முழுவதும் காலியாக இருக்க அந்த நடுவரையின் மூலையில் ஒரு தொலைக்காட்சி பெட்டி மட்டும் இருக்கிறது, அது கிட்ட போகிறாள்,

தொலைக்காட்சி பெட்டியின் வயர் அறுந்து கிடக்க அதின் பக்கத்தில் ஒரு எலி செத்து காஞ்சி போய் கிடக்கிறது, அதை பார்த்து முகத்தை சுளித்தபடியே அடுத்த அறைக்கு போகிறாள், அது சமையலறை, அதை சுத்தி பார்க்கிறாள்.

அப்போது அந்த வீட்டின் முன் கதவு தன்னாலே மூடிக்கொள்கிறது.

அஞ்சலி சமையலறையை சுத்தி பார்த்துவிட்டு அடுத்து இருக்கும் கடேசி அறைக்கு போகிறாள், அது குளியலறை, இருட்டாக இருக்க அங்கு லைட் சுவிட்ச் போட குளியலறை வெளிச்சமாகிறது, அது முகம் சுளிக்கும்படி அலங்கோலமாக கிடக்க அப்போது நடுவரையில் இருந்து பயங்கர இரைச்சல் சத்தம் அவளுக்கு கேட்கிறது.

அஞ்சலி, "என்ன சத்தம்..." யோசித்தபடியே குளியலறையில் இருந்து சமையல் அறையை தாண்டி நடுவரைக்கு வருகிறாள். அங்கு வயர் அருந்த தொலைகாட்சி பெட்டி ஓடி கொண்டிருக்க அதில் இருந்தே அந்த இரைச்சல் சத்தம் கேட்கிறது, அதன் முன்னே நாற்காலியில் மதுமிதா தொலைக்காட்சி பெட்டியை ஆர்வமாக பார்த்தபடி இருக்கிறாள்.

அஞ்சலி அதிர்ச்சியில் உறைந்தே போகிறாள், மதுமிதா அஞ்சலியை பார்க்கிறாள்.

மதுமிதா, "அஞ்சலி.... நீ இன்னும் மாடில இருந்து குதிக்கலையா?? உயிரோட தான் இருக்கியா?? கடேசியா எங்களை தேடி எங்க வீட்டுக்கே வந்துட்டயா??" மிகவும் சாதாரணமாக பேசுகிறாள்.

இதை கேட்கும் அஞ்சலி உடனே திரும்பி குளியலறைக்கு ஓடி வர, குளியலறைக்கு உள்ளே இருந்து அருண் வருகிறான், அஞ்சலிக்கு கொலை நடுங்கி போகிறது, சட்டென திரும்பி ஓட அப்போது சமயலறையில் வழுக்கி கீழே விழுகிறாள்.

ஆனாலும் உடனே எழுந்து வெளியே ஓடுகிறாள், நடுவரையில் மதுமிதா இருக்க அஞ்சலி வேகமாக தாண்டி கதவு கிட்ட வர, கதவோ மூடி இருக்கிறது.

பயத்தில் அவசரஅவசரமாக கதவை திறக்க முயற்சிக்க கதவு திறந்து விடுகிறது, உடனே அங்கிருந்து வெளியே ஓடுகிறாள்.

அஞ்சலி வெளியே ஓடி வருவதை பார்கிறான் கதிர், அதிர்ச்சியாகிறான்.

கதிர், "என்னாச்சு.... ஏன் இப்படி ஓடி வர??"

அஞ்சலி அவன் கிட்ட வருகிறாள், "தள்ளு..."

அஞ்சலி கதிரை தள்ளிக்கொண்டு பைக்கில் ஏறி ஸ்டார்ட் பண்ண, கதிர் உடனே அவள் பின்னால் பைக்கில் ஏறுகிறான்.

பிற்பகல் 4.30PM

வண்டி மிக வேகமாக பெரிய வீட்டை நோக்கி போகிறது.

பெரிய வீட்டில்...

பிற்பகல் 5.00PM

பெரியவீட்டுக்கு முன்னே அஞ்சலி பைக் ஓட்டிக்கொண்டு வருகிறாள், வண்டியின் பின்னால் இருக்கும் கதிர் இறங்கும் முன்னரே அஞ்சலி அவசர அவசரமாக இறங்கி வீட்டுக்குள்ளே போகிறாள்.

கதிர் வண்டியை நிறுத்தி விட்டு அவள் பின்னாடியே வீட்டுக்குள் போகிறான்.

அஞ்சலி வீட்டுக்குள்ளே கீழ் தளத்தில் நடுவரையில் இருக்கும் நாற்காலியில் பதட்டத்துடன் இருக்கிறாள்.

உள்ளே வந்த கதிர் அவளிடம் பேசுகிறான், "என்னாச்சுடி. வீடு பிடிக்கலையா..." சொல்லிக்கொண்டே கதிர் அவள் எதிரே இருக்கும் நாற்காலியில் உட்கார்கிறான்.

அஞ்சலி அவன் பேசியதை கவனிக்காமல் பதட்டத்தோடவே இருக்கிறாள்.

"அஞ்சலி... உன் கிட்ட தான். என்னாச்சுடி??" கொஞ்சம் சத்தமாக கதிர் பேச, திடுக்கிட்டு அவனை பார்க்கிறாள் அஞ்சலி.

பதட்டதோடவே பேச ஆரம்பிக்கிறாள், "கதிர்.... அந்த வீட்டுல தாண்டா அந்த இரண்டு பேயும் இருக்கு...."

கதிர் அதிர்ச்சி ஆகிறான், "என்னடி சொல்ற..."

அஞ்சலி பதட்டத்தோடு, "ஆமா. அந்த பேய்ங்க அந்த வீட்டுல தான் இருக்கு... என்கிட்ட நீ இன்னும் மாடில இருந்து குதிச்சி சாகலையானு கேக்குது... செத்தேன்..." அழுகிறாள், "அதுங்க என்ன சாகடிக்காம விடாது...."

இதை கேட்டு கதிர் பயந்தாலும் அவளிடம் அதை காட்டாதபடி அவளுக்கு ஆறுதலாக, "ஹேய் பயப்படாதடி.... நான் இருக்கேன் உனக்கு... உனக்கு எதுவும் ஆக நான் விடுவேனா??"

அஞ்சலிக்கு இருக்கும் பயம் கொஞ்சம் குறைகிறது, "ம்ம்ம்... நீ இருக்க தைரியத்துல தாண்டா நான் இன்னும் உயிரோடவே இருக்கேன்..."

பிற்பகல் 5.30PM

அப்போது அஞ்சலியின் போன் மணியடிக்க, தன் போனை எடுத்து பார்த்து அதிர்ச்சியாகிறாள், தன் கணவன் கதிரோட எண்ணில் இருந்து அழைப்பு வருகிறது, ஆனால் கதிரோ அவள் எதிரே உட்கார்ந்திருக்கிறான், அஞ்சலிக்கு தூக்கிவாரி போடுகிறது.

அஞ்சலி அழும் குரலில் பேசுகிறாள், "கதிர்... என்னடா உன்னோட நம்பர்ல இருந்து கால் வருது."

கதிர் சத்தம் உயர்த்தி பேசுகிறான், "ஆமா. என்னோட போன் தொலைஞ்சு போச்சு. யாருன்னு கேளு..."

"ம்ம்ம்...," அஞ்சலி தலையாட்டிக்கொண்டே போனை எடுத்து பேசுகிறாள், "ஹலோ..."

போனில் ஒரு ஆணின் குரல் ஒலிகிறது, "இது உங்க கணவர் போனா??"

அஞ்சலி, "ஆமாங்க... வரும் வழில போன தொலைச்சி-ட்டாங்க... நீங்க இப்போ எங்க இருக்கீங்க??" பதில் கூறுகிறாள்.

அப்போது தொலைபேசியில் அந்த ஆண் ஏதோ கூற அஞ்சலியின் முகம் அதிர்ச்சியாவதை பார்கிறான் கதிர்.

"என்னாச்சிடி....என்ன சொல்றான்," கதிர் பேச அஞ்சலியோ பதட்டதோட கதிரை பார்த்துவிட்டு தன்னுடைய போனை தூர எறிந்து, உடனே எழுந்து மாடியை நோக்கி ஓடுகிறாள்.

கதிர் இதை பார்த்து அதிர்ச்சியாகிறான், "ஐயோ... அஞ்சலி எங்க ஓடுற," உடனே எழுந்து அஞ்சலியின் பின்னால் பதட்டதோட ஓடுகிறான்.

ஆனால் அஞ்சலி வேகமாக ஓடி மேல மாடியில் அந்த ஒத்தை அறையை திறந்து ஓடுகிறாள்.

பின்னாடியே கதிர், "ஏய் அஞ்சலி அஞ்சலி..." அவளை கூப்பிட்டபடியே ஓடி வருகிறான்.

அஞ்சலியோ தான் சாக போறேன்னு அடிக்கடி போய் ஏறும் அதே மாடி விளிம்பில் ஏறுகிறாள்.

"ஏய் குதிச்சிராத... அஞ்சலி," கதிர் கத்தி கொண்டே பின்னால் ஓடி வருகிறான்.

ஆனால் அஞ்சலியோ கதிர் கிட்ட வருமுன் மாடியில் இருந்து குதிக்கிறாள்.

கதிர் ஓடி போய் அஞ்சலி விழுந்த இடத்தை எட்டி பார்கிறான், அஞ்சலி கீழே இரத்த வெள்ளத்தில் துடித்துக்கொண்டிருக்கிறாள், அதிர்ச்சி ஆகும் கதிர் சத்தமிட்டு அழுகிறான், சட்டென கீழே ஓடுகிறான்.

கீழே விழுந்து பலமாக அடிபட்ட அஞ்சலி துடித்துடித்து இறக்கிறாள்.

9. காலை நிகழ்வின் முடிவு

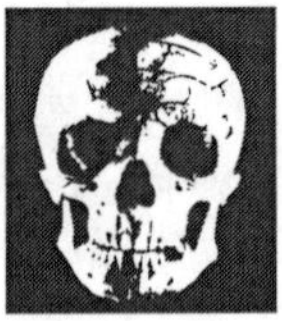

பிற்பகல் 6.00PM

பெரியவீட்டில் கீழ் தளத்துக்கு ஓடிவரும் கதிர் வெளியே வருவதற்காக கதவை திறக்க முயற்சிக்க ஆனால் அவனால் திறக்க முடியவில்லை, கதவின் மேல் உள்தாப்பா போட பட்டிருக்கிறது, அதை கவனிக்கும் கதிர் அதை எடுத்துவிட்டு பின்னர் கதவை திறக்க முயற்சிக்க ஆனால் அப்போதும் கதவை திறக்க முடியவில்லை.

அப்போது கதிரின் பக்கவாட்டில் ஒரு உருவம் போல் ஆவியாக தெரிகிறது.

அதிர்ச்சியாகும் கதிர் மெதுவாக பக்கவாட்டில் திரும்பி பார்கிறான், ஆனால் அங்கு யாருமில்லை.

அவன் கண்களில் கண்ணீர் வழிய பயம் கலந்த வருத்ததோடு, "ச்சே," சலித்துக்கொண்டு திரும்பவும் கதவை திறக்க முயற்சி செய்கிறான், ஆனால் அப்போதும் கதவை திறக்க முடியவில்லை.

அப்போது ஒரு பெண்ணின் குரல் வீட்டில் கேட்கிறது, "கதிர்...."

கதவு கிட்ட நிற்கும் கதிர் தன்னை கூப்பிடும் சத்தம் கேட்டதும் சட்டென திரும்புகிறான், வீட்டை சுத்தி பார்க்கிறான், ஆனால் யாருமே இல்லை.

அப்போது அவன் முதுகுக்கு பின்னால் மூச்சிவிடும் சத்தம் கேட்கிறது, சட்டென கதிர் பின்னால் திரும்ப, அங்கே ஒரு பயங்கர பேய் உருவம் இருக்க, அது கதிரை

தூக்கி வீசுகிறது. கதிர் வராண்டாவில் இருந்து பறந்து நடுவரையில் போய் விழுகிறான்.

கதிர் கீழே கிடந்த படியே "யாரு. யாரது," பயத்தோட பேசுகிறான். ஆனால் இப்போது அங்கே யாரும் இல்லை.

திரும்பவும் அதே பெண்ணின் குரல், "நான் தாண்டா... தெரியலையா," சத்தமாக ஒலிகிறது.

இது அஞ்சலியின் குரல் தான் என உணர்ந்து கொண்ட கதிர் அதிர்ச்சி ஆகி எழுந்து மேலே ஓடுகிறான்.

கதிர் மேலே முதல் தளத்துக்கு ஓடிவரும் பொது படுக்கை அறைக்கு வெளியே ஒரு கத்தியை பார்கிறான். அது கதிர் வீடு பார்த்து விட்டு வரும்போது அஞ்சலியை மோதி, அஞ்சலி கையில் இருந்து கீழே விழுந்த கத்தி.

அந்த கத்தியை எடுத்துகொண்டு படுக்கை அறைக்குள்ளே ஓடுகிறான், பின்னர் படுக்கை அறை கதவை பூட்டிக்கொண்டு கட்டிலின் மேல் வந்து பதட்டத்தோட உட்காருகிறான்.

சாயங்காலம் 6.30PM

நடுக்கத்தோடு அங்கு இருக்கும் கதிர்க்கு திரும்பவும் அஞ்சலியின் குரல், "கதிரு... செல்லகுட்டி," கொஞ்சுவது போல் கேட்கிறது.

கதிரின் நடுக்கம் அதிகமாகிறது, "யாரு... யார் நீங்க??" பயத்தோட பேசுகிறான்.

"என்னடா?? என்ன இன்னும் தெரியலையா??" அஞ்சலியின் குரல் கொஞ்சம் கோவமாக கேட்கிறது.

கதிர் பயத்தில் திணறியபடியே, "அஞ்சலி. அஞ்சலி தான."

அப்போது அஞ்சலியின் பயங்கர சிரிப்பு சத்தம் வீடு முழுவதும் கேட்கிறது.

கதிர் பயம் கலந்த மிரட்டலில், "இங்க இருந்து போயிரு..."

பயங்கர கோவத்தோடு அஞ்சலியின் குரல், "நான் எதுக்குடா என் வீட்ட விட்டு போகணும்??"

கதிர் நடுங்கியபடியே, "நீ... நீ மாடில இருந்து குதிச்சு செத்து போயிட்டடி... தயவு செஞ்சி இங்க இருந்து போயிரு.... அஞ்சலி...."

உடனே கதிர் முன்னே, அவன் கிட்ட அஞ்சலி தோன்றுகிறாள், கோவத்தோடு கதிரிடம் பேசுகிறாள்.

"என்ன சொன்ன?? நான் செத்து போயிட்டானா??"

கதிர் சட்டென பயத்தில் தன் கையில் இருக்கும் கத்தியை அஞ்சலியின் முகத்தில் குத்த, உடனே அஞ்சலி மறைக்கிறாள்.

கதிர் சுத்தி பார்க்கிறான், திரும்பவும் பயங்கர சிரிப்பு சத்தம் கேட்கிறது.

கதிர் தன் கையில் கத்தியோடு கோபம் கலந்த பயத்தில் பேசுகிறான், "ஒழுங்கா இங்க இருந்து போயிரு..."

"போகலைனா..." அஞ்சலியின் குரல் கனத்து ஒலிகிறது.

"நீ போகலைனா... நான் உன்ன... இல்ல இல்ல என்ன...," உடனே தன் கழுத்தில் கத்தி வைக்கிறான், "நான் செத்து போயிருவேன்," கோவமாக தன் கழுத்தில் கத்தியோடு கதிர்.

இதை கேட்டு அந்த சிரிப்பு சத்தம் இன்னும் பயங்கரமாக கேட்கிறது.

கதிர் கோவத்தில், "போகமாட்ட இல்ல..." தன்னுடைய கழுத்தை அறுக்கிறான், பயத்தில் சாகவே துணிகிறான், ஆனால்....

அவன் தன் கழுத்தை அறுத்த போதும் அது அறுபடவில்லை.

உடனே அஞ்சலி கதிர் முன் தோன்றுகிறாள், “என்னடா இன்னும் சாகலையா??” சொல்லிக்கொண்டு ஏளனமாக சிரிக்கிறாள்.

கதிர் திரும்ப திரும்ப கத்தியால் தன் கழுத்தை அறுத்து பார்க்க, ஆனால் அவனால் முடியவே இல்லை, கழுத்து அறுபடவே இல்லை, அதை பார்த்து அஞ்சலி பயங்கரமாக சிரிக்கிறாள்.

“ஏன் சிரிக்கிற??” கதிர் கோபத்தோடு பேசுகிறான், “என்ன சாக கூட விடமாட்டேன்குர இல்ல??”

அஞ்சலி சிரித்துக்கொண்டே பேச ஆரம்பிக்கிறாள், “பா…ர்ரா…. சும்மா சும்மா சிரிப்பு காட்டாதடா… உன்ன… நான் சாக விடமாட்டேன்கிரேனா?? நீ ஏற்கனவே செத்து போயிட்டடா முட்டாள்… நான் இப்போ மாடில இருந்து குதிச்சி செத்து போனதே உன்னால தான்…”

கதிர் கோவத்தோடு, “சும்மா எதாவது கதை விடாத… நான் சாகனும். என்ன சாகவிடு…” திரும்பவும் கத்தியால் சாக முயற்சி பண்ணுகிறான், ஆனால் முடியவில்லை.

அஞ்சலி, “மரமண்ட… நீ முதல தனியா வீடுபாக்க போகும் போது உன்னோட பைக்ல தான போன… இப்போ உன்னோட பைக் எங்க??”

“பைக்… பைக்கு,” கதிர் யோசிக்கிறான்.

அஞ்சலி, “அப்போ என்ன நடந்திச்சின்னு நினைவிருக்கா?? சொல்றேன் கேளு….”

அஞ்சலி எடுத்து சொல்ல ஆரம்பிக்கிறாள்....

4.30 மணி நேரத்துக்கு முன்

பிற்பகல் 2.00PM

கதிர் தன் பைக்கில் பெரிய வீட்டில் இருந்து வேற வீடு பார்க்க கிளம்புகிறான். சாலையில் போய் கொண்டிருக்கும் போது சாலையோரத்தில் சண்டை இட்டுக்கொண்டிருக்கும் மதுமிதாவையும் அருணையும் பார்க்கிறான், அதிர்ச்சியாகிறான்.

"இவங்க ஒருவருசத்துக்கு முன்னாடி செத்துப்போன அஞ்சலியோட நண்பர்கள்லா..." கதிர் வண்டி ஓட்டியபடியே அதிர்ச்சியில் அவர்களை பார்த்து கொண்டிருக்கிறான்.

பிற்பகல் 2.30PM

அப்போது எதிரில் வேகமாக ஒரு லாரி வருகிறது, அதை கவனிக்காமல் கதிர் மதுமிதாவையும் அருணையும் பார்த்துக்கொண்டே லாரியை போய் மோதுகிறான். மோதிய வேகத்தில் கதிர் தூக்கிவீசப்பட சாலையோரத்தில் இருக்கும் பெரிய கல்லில் அவன் தலை மோதி படுகாயமடைந்து துடிதுடித்து இறக்கிறான், லாரி நிற்காமல் போகிறது.

ஆள் அரவமே இல்லாத அந்த இடத்தில், 2.30 மணி நேரம் கழித்து ஒரு பைக் வருகிறது.

பிற்பகல் 5.00PM

அதில் இரு நண்பர்கள் வருகின்றனர், வண்டியை ஓட்டுவது பாலாஜி, பின்னால் இருந்து வருபவன் செல்வன்.

விபத்து ஆகியிருப்பதை பார்த்து வண்டியை நிறுத்திக் கொண்டு சுத்தி பார்க்க கதிர் அடிப்பட்டு கிடப்பதை பார்கின்றனர்.

பாலாஜி அதிர்ச்சியோடு, “டேய் எவனோ அடிச்சி போட்டு போயிட்டான் போல... உயிர் இருக்கான்னு பாரு...” கூறுகிறான்.

செல்வன் அடிபட்டு கிடக்கும் கதிரின் கிட்ட போய் பார்த்து அவன் செத்து போனதை அறிந்து பாலாஜியிடம், “இல்லடா... செத்துபோயிட்டான்....”

அப்போது செல்வன் கதிர் பக்கத்தில் ஒரு போன் விழுந்து கிடப்பதை பார்த்து அதை எடுக்கிறான்.

பின்னர் பாலாஜியிடம், “டேய் போன் ஒன்னு இங்க கிடக்கு டா...”

செல்வன் பாலாஜியிடம் கொண்டு வர அதற்கு பாலாஜி, “அவனுடையதாதான் தான் இருக்கும்... கடைசியா யாருக்கு போன் பண்ணிருக்கான்னு பாரு...”

உடனே செல்வன் அந்த போனில் பார்கிறான்.

கதிர் போனில் அவன் மனைவிக்கு கடேசியாக பேசியிருப்பதை பார்த்து உடனே அந்த போனில் கதிர் மனைவிக்கு தகவல் சொல்ல அழைக்கிறான்.

பெரியவீட்டில், வேற வீட்டை பார்க்க போய் மதுமிதாவையும் அருணையும் பார்த்துவிட்டு வந்து பதட்டத்தில் இருக்கும் அஞ்சலிக்கு, போனில் கதிர் பெயரில் அழைப்பு வருகிறது.

பிற்பகல் 5.30PM

ஆனால் அஞ்சலிக்கு முன்னால் கதிர் இருக்கிறான். கதிர் தன்னுடைய போன் தொலைந்துவிட்டது என்று சொல்ல அஞ்சலி போன் அழைப்பை ஏற்கிறாள், “ஹலோ”

மறுமுனையில் செல்வன் பேசுகிறான், “இது உங்க கணவர் போனா??”

அஞ்சலி, “ஆமாங்க... வரும் போது போன தொலைச் சிட்டாங்க... நீங்க இப்போ எங்க இருக்கீங்க??”

செல்வன் போனில், “என்ன உளருறீங்க... அவன் சாலை விபத்துல செத்து போயிட்டான்...”

எதிரே இருக்கும் கதிரை செத்துவிட்டான் என்று அவன் சொல்வதால் அஞ்சலி கோவமாகிறாள், “உங்களுக்கு விளையாடுறதுக்கு நான் தான் கிடைச்சனா?? ஒழுங்கு மரியாதையா எங்க இருக்கீங்கனு சொல்லிருங்க.”

செல்வன் போனில், “அட இது என்ன வம்பா போச்சி... சரி அவன போன்ல போட்டோ எடுத்து அனுப்புறேன். அது உன் புருசனா இல்லையானு நீயே பாரு,” செல்வன் போனை வைத்துவிட்டு அடிபட்டு இறந்துகிடக்கும் கதிரை புகைப்படம் எடுத்து அஞ்சலியின் போனுக்கு அனுப்புகிறான்.

அப்போது பாலாஜி இறந்து கிடக்கும் கதிர் கழுத்தில் இருக்கும் தங்க சங்கிலியை பார்க்கிறான், வாயை பிளக்கிறான்.

பெரியவீட்டில், அஞ்சலி செல்வன் அனுப்பிய புகைப் படத்தை பார்க்கிறாள். கதிர் விபத்தில் இறந்து கிடக்கும் அந்த புகைப்படத்தை பார்க்கும் அஞ்சலி அதிர்ச்சி ஆகி முன்னே பார்க்கிறாள்.

கதிர் அஞ்சலியை அப்பாவித்தனமாக பார்த்தபடி பேசுகிறான், “என்னாச்சிடி.... என்ன சொல்றான்....”

ஆனால் முன்னே இருக்கும் கதிர் பேய் என்பதை உணர்ந்த அஞ்சலி பயத்தின் உச்சிக்கே போகிறாள்.

உடனே தன் போனை தூக்கி எறிஞ்சிட்டு பயத்தோட மேலே ஓடுகிறாள்.

தான் இறந்து விட்டோம் என்பதையே உணராத கதிரும், அஞ்சலி ஏன் மாடியை நோக்கி ஓடுகிறாள் என்று தெரியாமல் பின்னாடியே ஓடுகிறான்.

அஞ்சலி எடுத்து சொல்லி முடிகிறாள்.

சாயங்காலம் 6.30PM

அஞ்சலி சொல்லி முடிகிறாள், கதிர் அதிர்ச்சியாகிறான்.

அஞ்சலி தன்னுடைய போனில் செல்வன் அனுப்பிய புகைப்படத்தை காட்டுகிறாள், "இதோ பாரு."

கதிர் அதை வாங்கி பார்கிறான், அவன் சாலையோரத்தில் இறந்து கிடப்பதை பார்கிறான். அவனுக்கு எல்லாம் நினைவுக்கு வருகிறது.

பயத்துடனே பேச ஆரம்பிக்கிறான், "அப்போ நா செத்து போய்டேன், இல்ல."

அஞ்சலி, "ஆமா... செத்து போன உன் கூட தான் நான் வீடு பார்கவே வந்துருக்கேன்...."

கதிரின் பயம் இன்னும் அதிகமாகிறது, "அப்போ என்னால தான் நீயும் செத்து போயிட்டியா?? நாம இப்போ பேய் ஆகிட்டமா??"

அஞ்சலி கர்வத்தோட, "அட எதுக்குடா தேவைல்லாம பயப்படுற... நாம பேய் ஆனதால தான் நிரந்தரமா இந்த பெரியவீட்ல முடிவில்லாம வாழபோறோம். நம்மள யாராலையும் இனி ஒன்னும் பண்ணமுடியாது... நம்மள பாத்துதான் அவன் அவன் நடுங்கனும்..."

அப்போது இருவரும் திடுக்கிடும்படி பெரியவீட்டில் அழைப்பு மணி ஒலிகிறது, அதிர்ச்சியில் இருவரும் முழிக்க, கீழே அழைப்பு மணியை அழுத்திக்கொண்டிருகிறான் சிவா.

சாயங்காலம் 7.00PM

கீழே சிவா அழைப்பு மணியை அடிக்க பக்கத்தில் ஆனைமலை சாமியார் நிற்கிறார், அவர் தன் கையில் ஒரு மந்திரகோலுடன் கம்பீரமாக நிற்கிறார்.

கதிர் காலையில் பேய் ஓட்ட சாமியாரை கூட்டிவர சொன்னபடி கூட்டி வந்திருக்கிறான் சிவா.

சிவா அழைப்பு மணியை அடித்துக்கொண்டே இருக்கிறான், ஆனால் அங்கு யாரும் வந்தபாடில்லை.

“என்னாச்சு,” கணீர் குரல்லில் ஆனைமலை சாமியார்.

“தெரியலசாமி... யாரையும் காணல,” பயத்தோடவே பதில் சொல்லுகிறான் சிவா.

“தள்ளு,” சாமியார் கதவுகிட்ட வரவே சிவா ஒதுங்கி கொள்கிறான்.

சாமியார் கதவு முன் வந்து தன் மந்திர கோலை ஆட்டியபடி, “நமோ விருட்ச்சாய நமோ...,” என்று சொல்ல கதவு தானே திறக்கிறது.

சாமியார் ஒரு காலை உள்ளே வைத்து சிலிர்க்கிறார், “ம்ம்ம்ம்... இங்க பேய் இருக்குது... இரண்டனம் தெரியிது...” சாமியார் வீட்டிற்க்குள் இருக்கும் கதிரையும் அஞ்சலியையும் பற்றி பேசுகிறார்.

ஆனால் ஒரு வருடத்துக்கு முன்னால் செத்துப்போய் அஞ்சலியை தேடி வந்த மதுமிதாவையும், அருணையும் தான் சாமியார் சொல்கிறார் என நினைக்கிறான் சிவா.

“ம்ம். ஆமா சாமி... எப்படியாவது அதுங்கள விரட்டி விடுங்க சாமி...”

சாமியார் கனத்த குரலில், “நான் அதை விரட்ட வரல... அதை அழிக்க வந்துருக்கேன்...” சொல்லிவிட்டு பெரியவீட்டுக்குள்ளே போகிறார்.

ஆனால் வீட்டிற்குள் இப்போது பேய் இருக்கு என்று சாமியார் சொன்னதால் பயத்தில் சிவா வீட்டுக்கு வெளியவே நிற்கிறான்.

தன் மனதிற்குள், "என்ன நடக்க போகுதோ... பயமா இருக்கே..." சிவா பயத்தில் புலம்பிக்கொண்டிருகிறான்.

சாமியார் வீட்டிற்குள் போய் ஏறக்குறைய அரை மணி நேரம் ஆகிறது. பயத்தோட பெரியவீட்டுக்கு வெளியவே நிற்கிறான் சிவா.

சிவா, "கடைசியில நம்மளையும் பயமுறுத்தி-டாங்களே..." அவன் புலம்பி முடிக்கவும் வீட்டுக்குள் இருந்து பயங்கரமான அலறல் சத்தம் கேட்கிறது, அதிர்சியகிறான் சிவா.

"என்ன சத்தம் இது," பயம் கலந்த கேள்வியோடு மெதுவாக பெரியவீட்டுக்குள்ளே போகிறான் சிவா.

"சாமி," சாமியாரை கூப்பிட்டபடியே கீழ்தளத்தில் தேட, கீழே யாருமே இல்லை.

"சாமி..." சிவா கூப்பிட்டபடி பயத்துடனே படியில் ஏறுகிறான்.

சிவாவுக்கு பெரியவீட்டில் யாரையுமே காணாததால் பயம் இன்னும் கூடி கொள்கிறது.

சிவா, "கதிர்...," கூப்பிட்டபடி முதல் தளத்துக்கு வருகிறான், "எங்க போனாங்க?? யாரையும் காணல," படுக்கை அறைக்கு வந்து பார்க்கிறான், அங்கும் யாருமில்லை.

"கதிர்..." கூப்பிட்டுக்கொண்டே சிவா மேல் மாடிக்கு போவதற்காக படி ஏற, அப்போது அவன் பின்னால் யாரோ உறுமும் சத்தம் கேட்கிறது.

சட்டென திரும்பி பார்க்க, பின்னால் படுக்கை அறைக்கு வெளியே ஆனைமலை சாமியார் கண்களை மூடியபடி உறுமிக்கொண்டு நிற்கிறார்.

சாமியாரை பார்த்ததும் மகிழ்ச்சியாகும் சிவா சாமியார் கிட்ட ஓடி வருகிறான்.

“சாமி... சாமி... பேயலாம் விரட்டிடீங்களா சாமி? கதிர் எங்க? வீட்ல யாரையுமே காணல,” சிவா பேசி முடிக்கிறான்.

உறுமி கொண்டிருந்த ஆனைமலை சாமியார் கண்களை மூடியபடியே கணீர் குரலில் பேச ஆரம்பிக்கிறார், “நான் ரத்த பலி கொடுக்கணும்... நான் உடனே ரத்த பலி கொடுக்கணும்....”

“சாமி என்ன சொல்றீங்க??” புரியாமல் கேட்கிறான் சிவா.

சாமியார் உடனே கண்ணை திறக்கிறார்.

“போய் கத்தி எடுத்துட்டுவா. உடனே போ,” அதட்டல் குரலில் சாமியார் பேச,

சிவா, “ம்ம்ம். சரி சாமி,” உடனடியாக கீழே ஓடுகிறான்.

கீழ் தளத்துக்கு வருகிறான், “கத்தி சமையலறையில் தான இருக்கும்,” சமயலறைக்கு போகிறான்.

சிவா கத்தியை தேடிகொண்டே, “ச்சே இந்த கதிர் எங்க போய் தொலஞ்சான்??” சலித்துக்கொள்கிறான்.

சமையல் அறையில் கத்தியை எங்கு தேடியும் கிடைக்கவில்லை, “கத்தி எங்க இருக்குனும் தெரியலையே...”

சலித்துக்கொண்டு சிவா கத்தியை தேடிகொண்டே இருக்கிறான், அப்போது சிவாக்கு பின்னால் சமையலறையை எட்டி பார்க்கிறாள் அஞ்சலி, அவன் அதை கவனிக்காமல் கத்தியை தேட, அவள் அவனை முறைத்துக்கொண்டே புன்னகைகிறாள்.

சிவாவோ கத்தியை முழுவீச்சோடு தேடிக் கொண்டிருக்க அப்போது வீட்டில் கொலுசு சத்தம்

கேட்கிறது, சிவா சத்தத்தை கேட்டு சமையல் அறையில் இருந்து வெளியே வந்து எட்டிபார்க்க, அஞ்சலி வேகமாக குளியலறைக்குள் ஓடுகிறாள்.

“ஹே...யாரது?” பின்னாடியே ஓடுகிறான் சிவா.

குளியலறை கதவு கிட்ட வருகிறான், “அஞ்சலி... அஞ்சலி தான அது,” சரியாக பார்க்காததால் சந்தேகதொடவே கேட்கிறான்.

“அஞ்சலி...,” கூப்பிட்டுக்கொண்டே சிவா கதவை தொட, குளியலறை கதவு தானாய் திறக்கிறது.

உள்ளே எட்டிப்பார்கிறான், ஆனால் அங்கு யாருமில்லை, “இங்க தான வந்தா??” அப்படியே உள்ளே போகிறான் சிவா.

உள்ளே ஒரு குளிக்கும் தொட்டியும், ஒரு சலவை இயந்திரமும் இருக்கிறது.

குளிக்கும் தொட்டியை ஒளி ஊடுருவுகிற துணி மறைத்திருக்க அந்த குளிக்கும் தொட்டியில் உள்ளே யாரோ கிடப்பது போல் சட்டென தெரிய, சிவா அந்த ஒளி ஊடுருவுகிற துணியை நீக்கி பார்க்கிறான், ஆனால் இப்போது குளிக்கும் தொட்டியில் யாருமில்லை.

“அஞ்சலி இங்க தான வந்தா. எங்க போனா??” குழப்பத்தோடு சிவா குளியலறையை சுத்தி பார்க்கிறான்.

அப்போது அங்கிருக்கும் சலவை இயந்திரத்துக்கு வெளியே கத்தியின் கை பிடி நீன்று கொண்டிருப்பதை பார்கிறான்.

“அட. கத்தி இங்க இருக்கு...” சிவா கத்தி கிடச்ச மகிழ்ச்சியில் சலவை இயந்திரத்துக்கு கிட்ட போய் கத்தியை எடுக்க முயற்சிக்கிறான். ஆனால் அது வரவில்லை.

ஆதலால் சிவா கத்தியை பலம் கூட்டி இழுக்கிறான், கத்தி அசையவே இல்லை. எனவே தன் முழு பலம் கூட்டி நல்ல இழுக்க, இழுத்த வேகத்தில் சலவை இயந்திரம் சரிந்து விழுகிறது, கத்தி சிவாவின் கையோடு வரவெ அவன் தள்ளி போய் கீழே விழுகிறான்.

கீழே சரிந்து விழுந்த சலவை இயந்திரத்தின் மேல் கதவு திறக்க உள்ளே இரத்த வெள்ளத்தில் கழுத்தில் கத்தி குத்திய காயத்துடன் பிணமாய் வெளியே வந்து விழுகிறார் ஆனைமலை சாமியார். அவருடைய மந்திர கோல் உடைந்தபடி அவர் கையிலேயே இருக்கிறது.

“ஐய்யையோ... சாமி,” கத்துகிறான் சிவா.

அவன் சாமியாரை பார்த்த அதிர்ச்சியில் தன்னை அறியாமல் தன் கையில் இருந்த கத்தியை குளியலறைக்கு வெளியே வீசுகிறான், அது நடு அறையில் போய் விழுகிறது.

குளியலறையில் ஆனைமலை சாமியாரின் பிணம் இருக்க, மேலே முதல் தளத்தில் கொஞ்சம் முன்னே தன்னிடம் கத்தி எடுத்து வர சொன்னது சாமியாரின் ஆவி என்பதை அறியும் அவனுக்கு அதிர்ச்சியில் இதயத்துடிப்பே நிற்பது போல் ஆகிறது.

அதிர்ச்சியில் நடுங்கிக்கொண்டிருக்கும் சிவாவுக்கு அப்போது வீட்டில் குழாய் நீர் பாயும் ஒலி கேட்கிறது.

அப்போது ஒரு கம்பீரமான குரல் சிவாவை அழைக்கிறது, “சிவா...”

குளியலறையில் நடுங்கிபோய் இருக்கும் சிவாவுக்கு அது கேட்கிறது, குழாய் நீர் பாயும் சத்தமும் கேட்டுக்கொண்டே இருக்கிறது.

“சிவா...” திரும்பவும் அதே குரல்.

ஆனால் சிவா இப்போது கண்டுபிடித்து விடுகிறான், அது கதிரின் குரல்.

சிவா உடனே எழும்புகிறான், “கதிர்... கதிர்... நீ எங்கடா இருக்க??” கூப்பிட்டவாரே குளியலறையில் இருந்து நடுக்கத்தோட வெளியே வருகிறான்.

குழாய் தண்ணீர் சத்தம் நின்ற பாடில்லை, சமையலறையில் குழாய் தண்ணீரில் தன் கையில் இருக்கும் இரத்தத்தை கழுவுகிறான் கதிர். கழுவிக்கொண்டே, “சிவா...,” திரும்பவும் கூப்பிடுகிறான்.

அப்போது சமையலறையை நோக்கி வரும் சிவா, பயந்து பயந்து வந்து எட்டி கதிரை பார்க்கிறான்.

சிவா நடுக்கத்தோடே, “கதிர்...” கூப்பிடுகிறான்.

கை கழுவி முடிக்கும் கதிர் திரும்பி சிவாவை பார்கிறான்.

சிவா பதட்டத்தொடவே, “கதிர் நீ இங்க தான் இருக்கியா??”

கையில் உள்ள ஈரத்தை உதறியவாரே கதிர் அவனை பார்த்து ஒரு புன்சிரிப்பு சிரித்தபடியே அங்கிருக்கும் ஒரு துணியை எடுத்து கையில் உள்ள ஈரத்தை துடைக்கிறான்.

சிவா நடுங்கிக்கொண்டு மூச்சு வாங்கியபடியே நிற்கிறான்.

தன் கையை துடைத்து முடிக்கும் கதிர் கொஞ்சம் கோவமாகவே, “டேய். உன்ன எப்போ வர சொன்னேன்?? இப்போ வந்துருக்க...”

சிவா பயத்தோட, “இல்ல கதிர்... நான் முன்னாடியே ஆனைமலை சாமியார கூட்டிட்டு இங்க வந்துட்டேன். உன்ன தான்டா இவ்ளோ நேரம் காணல. அந்த இரண்டு பேயும் சாமியார கொலை பண்ணிட்டு டா... வாடா இங்க இருந்து ஓடி போயிருவோம்...,” சொல்லி முடிக்கிறான்.

கதிர் சிரிக்கிறான், “என்னடா உளருற.... சாமியார பேய் கொண்ணுட்டா??”

சிவா பயத்தில் அழுதபடியே பேசுகிறான், “ஐயோ ஆமாடா... அவரோட பிணம் குளியல் அறைல இருக்குடா. இனி இங்க இருக்கவேண்டாம்... வாடா ஓடிருவோம்...”

கதிர் கோவமாக, “உனக்கு கிறுக்கு எதுவும் பிடிச்சிட்டா?? சம்மந்தம் இல்லாம பேசிட்டு இருக்க...”

“நான் சொல்றத நம்பலேல... வா... குளியலறைக்கு வந்து பாரு...” சிவா போய் கதிரின் கையை பிடித்து இழுப்பதற்காக அவன் கையை பிடிக்க, ஆனால் கதிரின் கை மட்டும் சட்டென மறைந்து போக, கதரை சிவாவால் பிடிக்க முடியாமல் எதிர் திசையில் கீழே போய் விழுகிறான்.

அதிர்ச்சிக்கு மேல் அதிர்ச்சி ஆகிறான் சிவா, “டேய்... உனக்கு என்ன ஆச்சிடா...” பயத்தோட கேட்கிறான்.

கதிர் கர்வத்தோடு, “நான் செத்து பேய் ஆகிட்டண்டா... அதான் என்ன கொல்ல பாத்த சாமியாரையும் கொண்ணுட்டேன்...,” சொல்லி முடித்து சிவாவை முறைக்கிறான்.

“ஐயோ...” சிவா அதிர்ச்சியில் அலறிக்கொண்டே எழுந்து பெரிய வீட்டில் இருந்து வெளியே போக கதவுகிட்ட ஓடுகிறான்.

ஆனால் கதவு முன் கதிர் முறைத்தபடி நிற்கிறான்.

சிவா உடனே திரும்பி உள்ளே ஓடி படிக்கட்டுகிட்ட வர படியில் கதிர் உட்கார்ந்தபடி சிவாவை பார்த்து முறைத்துக்கொண்டே சிரிக்கிறான், “ஹா ஹா ஹா...”

சிவா உடனே திரும்பி குளியலறைக்குள் ஓடுகிறான்.

குளியலறைக்குள் வரும் சிவா அங்கு கதவை பூட்டி உள்தாப்பா போடுகிறான், உள்ளே இரத்த வெள்ளத்தில் சாமியார் பிணம் கிடைக்க சிவா பதட்டத்தோடு மூச்சி வாங்கியபடி நிற்கிறான்.

இரவு ***9.30PM***

உடனே அவனுக்கு ஒரு யோசனை தோன்றுகிறது, தன் போனை எடுத்து திவ்யா எண்ணுக்கு அழைக்கிறான், அழைப்பு போகிறது.

சாலையில் தன் பைக்கில் போய்கொண்டிருக்கும் திவ்யாக்கு போன் மணியடிக்கவே வண்டியை சாலையோரத்தில் நிறுத்திக்கொண்டு போனை எடுத்துப்பார்க்கிறாள்.

கால் பண்ணுவது சிவா, உடனே அழைப்பை ஏற்கிறாள், “சிவா. சொல்லுடா.”

சிவா பதட்டதோட, “திவ்யா. திவ்யா… என்ன காப்பாத்து… என்ன காப்பாத்திருடி. அவங்க என்ன கொன்னுருவாங்க, அவங்க எப்படியும் என்ன கொண்னுருவாங்க…,” பேசி முடிக்கிறான்.

திவ்யா பதட்டமாகிறாள், “என்னடா சொல்லுற… நீ இப்போ எங்க இருக்க??”

அப்போது பெரியவீட்டின் குளியலறையில் இருக்கும் குளிக்கும் தொட்டியில் திரும்பவும் யாரோ கிடப்பதுபோல் அந்த ஒளி ஊடுருவும் துணி வழியாய் தெரிகிறது, சிவா அதை கூர்ந்து பார்க்க சட்டென அந்த உருவம் எழும்புகிறது.

அது கோர பற்களுடன் பயங்கரமான அஞ்சலியின் பேய் உருவம், உடனே அது சிவாவை வந்து தாக்க, பயங்கர அலறல் சத்தத்தோடு குளியலறை கதவு உடைந்து வெளியே நடு அறையில் போய் விழுகிறான் சிவா.

அந்த அலறல் சத்தம் திவ்யாக்கு போனில் கேட்கிறது.

பெரிய வீட்டில் சிவாவின் போன் நடு அறையில் விழுந்து உடைந்து சிதறுகிறது.

ஆகையால் திவ்யாவிற்கு போன் கட் ஆகிறது.

பெரிய வீட்டில் நடு அறையில் விழுந்து பலத்த காயமடைந்த சிவா திக்கி திணறி மெதுவாக எழும்புகிறான், ஆனால் சிவாவால் நடக்க முடியாமல் தள்ளாடி கீழே விழுகிறான்.

அப்போது நடு அறையில் கொஞ்சம் முன்னால் குளியலறையில் இருந்து அவன் எறிந்த கத்தி அவன் கையில் தட்டுபட அதை இறுக பிடிக்கிறான், அப்படியே மயங்குகிறான் சிவா.

10. இரவின் திகில் வேட்டை

மருத்துவமனையில்...

பிப்ரவரி 15, 2015, அதிகாலை 5.30AM

சிவா எடுத்து சொல்லி முடிக்கிறான்.

தீவிர சிகிச்சை பிரிவில் இருந்த சிவாவிடம் நடந்த அனைத்தையும் கேட்டறியும் திவ்யாக்கு தலையே சுத்துகிறது.

சிவா, "எல்லாம் சொல்லிட்டேன்... இப்போ கத்திய கொடு. நான் சாகனும்... இல்லனா அவன் என்ன கொண்ணுருவான்... அதுக்குள்ள நான் சாகனும்," அதிர்ச்சியில் இருக்கும் அவன் திரும்பவும் கத்தியை கேட்டு புலம்ப ஆரம்பிக்கிறான்.

ஆனால் திவ்யாவோ சிவா சொல்வது எதையும் கவனிக்காமல் அதிர்ச்சியில் தானாய் பேசுகிறாள், "அப்போ கதிரும் அஞ்சலியும் செத்து போய்டாங்களா???"

அதிர்ச்சியில் உறைந்தே போகிறாள் திவ்யா.

மருத்துவமனையின் வெளியே...

ஒரு பைக் மருத்துவமனையின் முன்னே வருகிறது, அதில் இருந்து மதுமிமிதாவும் அருணும் இறங்குகின்றனர், இருவரும் மருத்துவமனையை பார்கின்றனர்.

பெரியவீட்டின் வெளியே...

பெரியவீட்டிற்க்கு பின்னால் குழாய் வழியே மேலே ஏறிவரும் காவலர் ராஜ் மாடிக்கு வருகிறான், சுத்தி பார்கிறான். அங்கு மூலையில் ஒரு அறை இருக்கிறது.

அப்போது அவன் பின்னால் குழாய் வழியே வந்த சாமியார் உதவியாள் காவலர் ராஜை பார்த்து, "யோவ் தூக்கி விடுயா..."

உடனே ராஜ் திரும்பி கை கொடுத்து மேலே மாடிக்கு அவனை தூக்குறான், மாடிக்கு வந்த சாமியார் உதவியாள் மாடியை சுத்தி பார்த்துக்கொண்டிருக்க, காவலர் ராஜ்ஜோ சாமியார் உதவியாளுக்கு பின்னால் வந்த கதிரை மாடியில் இருந்து தூக்கிவிடுவதற்காக குழாய் வழியை பார்க்கிறான், ஆனால் அங்கு கதிரை காணவில்லை, அதிர்ச்சியாகிறான், "ஐயோ சாமி... கதிர காணல...."

மாடியை சுத்தி பார்த்து கொண்டிருந்த சாமியார் உதவியளிடம் காவலர் ராஜ் அதிர்ச்சியில் கத்த, சாமியார் உதவியாள் குழாய் வழியை திரும்பி பார்கிறார். அங்கு கதிர் இல்லை.

சாமியார் உதவியாள், "பின்னாடி தான வந்தான், கதிர் எங்க போனான்? கீழேயே நிற்கிறானோ??" கேள்வியெழுப்ப, இருவரும் கீழே பார்கின்றனர்.

காவலர் ராஜ் சத்தமாக, "கதிர். கீழ இருக்கீங்களா??" கூப்பிடுகிறான்.

ஆனால் கீழே இருந்து எந்த பதிலும் இல்லை, இருவரும் மாடியில் இருந்து கீழே பார்த்துக்கொண்டே இருகின்றனர்.

"கதிர்ர்ர்ர்..." ராஜ் இன்னும் சத்தமாக கூப்பிடுகிறான், கீழே எந்த பதிலும் இல்லை.

அப்போது மாடியில் அவர்கள் பின்னால் லேசான உறுமல் சத்தம் கேட்கிறது, அந்த சத்தத்தை கவனிக்கிறான் சாமியார் உதவியாள்.

உடனே காணாமல் போன கதிரை கீழே பார்த்து சத்தமாக கூப்பிட்டு கொண்டிருக்கும் ராஜிடம் சாமியார் உதவியாள், “உஷ்ஷ். உஷ்ஷ்…” தன் வாயில் கை வைத்து மூடி அமைதியாக இருக்கும் படி சைகை காட்டுகிறான்.

இருவரும் அமைதியாக இருக்கின்றனர், இப்போது அவர்கள் பின்னால் உறுமல் சத்தம் தெளிவாக கேட்கிறது.

சாமியார் உதவியாள் மெதுவாக, “பின்னால உறுமல் சத்தம் கேட்குதா??” ராஜிடம் கேட்கிறார்.

“இல்லையே… எனக்கு எந்த சத்தமும் கேட்கலையே,” காவலர் ராஜ்க்கு அந்த உறுமல் சத்தம் கேட்கவில்லை.

“கேட்கலையா??” சாமியார் உதவியாள் அதிர்ச்சியாகிறான், அவனுக்கு அந்த உறுமல் சத்தம் கேட்டுக்கொண்டே இருக்கிறது.

சாமியார் உதவியாள் அதிர்ச்சியில் மெதுவாக பதட்டத்தோடு உறுமல் சத்தத்தை நோக்கி பின்னால் திரும்புகிறான்.

அங்கு அவன் பின்னால் ஆனைமலை சாமியார் கண்களை மூடியபடி உறுமிக்கொண்டிருக்கிறார். அவரை பார்த்ததும் மகிழ்ச்சியாகும் சாமியார் உதவியாள் அவரிடம் பேச ஆரம்பிக்கிறான், “சாமி. நீங்க இங்க தான் இருக்கீங்களா??”

ஆனால் ஆனைமலை சாமியாரோ கண்களை திறக்காமல் உறுமிக்கொண்டே இருக்கிறார்.

சாமியார் உதவியாள், “இனிமேல் எந்த பிரச்சனையும் இல்ல,” மேலும் மகிழ்ச்சியாக சொல்கிறான்.

அதை கேட்டு காவலர் ராஜ் பின்னால் திரும்புகிறான். ஆனால் அவனுக்கு அங்கு யாரையும் தெரியவில்லை. பதட்டமாகும் ராஜ் பேச ஆரம்பிக்கிறான், "யார்கிட்ட சாமி பேசுறிங்க?? இங்க தான் யாருமே இல்லையே..."

தனக்கு தெரியும் ஆனைமலை சாமியார் ராஜ்க்கு தெரியாததால் சாமியார் உதவியாள் அதிர்ச்சியோடு சத்தம் உயர்த்தி, "உனக்கு எங்க சாமியார தெரியலையா??"

"இல்லையே..." காவலர் ராஜ் பயப்பட ஆரம்பிக்கிறான்.

சாமியார் உதவியாள் பெருமையாக, "சாமியோட மகிமையே மகிமை... இவர் தான் என்னோட குரு, ஆனைமலை சாமியார்..." சொல்லிமுடிக்கிறான்.

காவலர் ராஜ் மனதிற்குள், "ஒன்னுமே தெரியலையே... இருக்குற பயத்துல இவரு வேற பீதியை கிளப்புறாரே??" புலம்புகிறான்.

ஆனால் சாமியார் உதவியாளுக்கு மட்டும் தெரியும் ஆனைமலை சாமியார் கண்களை மூடியபடி உறுமி-கொண்டே நிற்கிறார்.

சாமியார் உதவியாள் ஆனைமலை சாமியாரிடம், "இங்க என்ன நடக்குது சாமி?? இங்க இருக்கிற பிரச்சனைலாம் முடிஞ்சிட்டா??" கேட்கிறார்.

உடனே ஆனைமலை சாமியார் கண்களை திறக்கிறார், திறந்து கொண்டு இன்னும் பயங்கரமாக உறுமுகிறார்.

காவலர் ராஜ் சாமியார் உதவியாளிடம், "என்ன சொல்றாங்க சாமி உங்க குரு..." பயத்தோடவே கேட்கிறார்.

சாமியார் உதவியாள், "அவர் ஏதோ பயங்கரமான கோவத்துல இருக்கிறார்... இருக்குற பேய்லாம் துண்டை காணோம் துணிய காணோம்னு ஓடபோகுது. நான் சாமியார் கிட்ட பேசுறேன்... நீ வீட்டுக்குள்ள போ...."

ராஜ் தலையாட்டிக்கொண்டே மாடியில் இருக்கும் அந்த தனி அறையை நோக்கி போகிறான்.

பெரியவீட்டின் உள்ளே...

வீட்டுக்குள்ளே படுக்கையறையின் மெத்தையின் மேலே இருக்கும் அஞ்சலி, எதிரே நிற்கும் காவல்துறை மேலாளர் கண்ணனிடம் பயத்துடனே பேசிக்கொண்டு இருக்கிறாள், "பேய் இருக்கு... பேய் இருக்கு... பேய் இருக்கு...."

அதற்கு கண்ணன், "ஏன் இப்படி சொன்னதையே சொல்லிட்டு இருக்கீங்க... பேய் அப்படிங்கிறது ஒரு கட்டுகதை... நம்ம பயத்துக்கு தீனி போடுற ஒரு மனநோய்... உண்மையில் அப்படிலாம் கிடையாது.... உங்க கற்பனை உலகத்துல இருந்து வெளியவாங்க..." ஆறுதல் சொல்லுகிறான்.

ஆனால் அஞ்சலியோ அதிர்ச்சி ஆகிறாள், "நீயும் என்ன நம்பலேலா? பேய் இருக்குனு நம்பலேலா??" சொல்லிக்கொண்டு கண்ணனை பார்க்கிறாள்.

கண்ணன், "இல்லாத ஒன்றை இருக்கு இருக்குனு நினைச்சா இருக்கிற மாதிரி தான் தோணும். ஆனால் இயல்பான நிலைக்குவாங்க ... பேய்ங்கறது இல்லாத ஒன்னு... அது மட்டுமில்ல பார்க்காத ஒன்ன பயந்தவனும் ஏமாளியும் தான் நம்புவான், நான் இரண்டுமே இல்ல...," கர்வத்தோடு சொல்லி முடிக்கிறான்.

இதை கேட்ட அஞ்சலி கோபமாகிறாள், "அப்போ நீ பேய் இருக்குனு நம்பலேலா??" ஆவேசமாக சொல்லிக்கொண்டு கண்ணனை முறைக்கிறாள்.

மருத்துவமனையில்...

வரவேற்பறையில் நிற்கும் மருத்துவமனை ஊழியர் கார்த்திக் கிட்ட டாக்டர் பிரேம் வந்து பேசுகிறான், "டேய் கார்த்திக். பிணக்கிடங்குல ஒரு அனாதை பிணம் வந்திருக்காம்... விபத்துல அடிபட்டு அந்த இடத்துலயே உயிர் போயிருக்கு போல... அவன் யாரு என்னனு போய் பாரு..."

கார்த்திக் சலிப்போடு மனதிற்குள், "அடடா... வேலை வந்துடுச்சா," பின்னர் டாக்டரிடம், "சரி போய் பார்க்கிறேன் சார்..." சொல்லிக்கொண்டே கார்த்திக் மருத்துவமனையின் வெளியே இருக்கும் பிணவறையை நோக்கி நடக்கிறான்.

அப்படியே மருத்துவமனையின் வெளியே வரும் கார்த்திகை வெளியே நிற்கும் மதுமிதாவும் அருணும் பார்கின்றனர், உடனே இருவரும் அவன் கிட்ட போகின்றனர்.

கார்த்திக் கிட்ட வரும் அருண் அவனிடம் பேச ஆரம்பிக்கிறான், "சார். வர வழில வண்டில இருந்து கீழே விழுந்துட்டோம், கொஞ்சம் டாக்டரை பார்க்கணுமே..." அப்பாவித்தனமாக பேசுகிறான்.

கார்த்திக், "ம்ம்... உள்ள அங்க அந்த நாற்காலில உட்கார்ந்து இருங்க..." டாக்டர் அறைக்கு வெளியே இருக்கும் நாற்காலியை காட்டி சொல்கிறான், "டாக்டர் வந்ததும் கூப்பிடுவார்..."

"ம்ம்ம்ம்..." மதுமிதாவும் அருணும் தலையாட்டியபடியே மருத்துவமனைக்கு உள்ளே போகின்றனர்.

பின்னர் கார்த்திக் பிணவறையை நோக்கி நடக்கிறான்.

மதுமிதாவும், அருணும் டாக்டர் பிரேமின் அறைக்கு வெளியே கதவு பக்கத்தில் வந்து உட்காருகின்றனர். அந்த அறை கதவு லேசாக திறந்தன்படி இருக்க, பக்கத்தில்

இருக்கும் அருண் தற்செயலாக அறைகுள்ளே எட்டி பார்க்கிறான், அங்கு டாக்டர் இல்லை.

ஆனால் உள்ளே டாக்டரின் மேசைக்கு கீழே விழுந்த படி திறந்து கிடக்கும் அந்த 113 எண் இரண்டாம் கோப்பை அருண் பார்கிறான், அதில் அவனுடைய புகைப்படமும், மதுமிதாவின் புகைப்படமும் அவனுக்கு தெரிகிறது, அதை பார்த்து அதிர்ச்சி அடையும் அருண், மதுமிதாவையும் கூட்டிக்கொண்டு டாக்டரின் அறைக்குள்ளே போகிறான்.

பெரியவீட்டின் மாடியில்...

சாமியார் உதவியாள் உருமிக்கொண்டிருக்கும் ஆனை மலை சாமியாரை பார்த்து கொண்டிருக்க, காவலர் ராஜோ வீட்டுக்குள்ள போவதற்காக மாடியில் இருக்கும் தனி அறை கிட்ட வந்து அதை திறக்கிறான், உள்ளே அவனுக்கு கடுமையான அதிர்ச்சி காத்திருந்தது.

கதவை திறக்கவும் உள்ளே இருந்து வரிசையாக மூணு பிணம் வெளியே வந்து விழுகிறது, முதலில் மாடியில் இருந்து குதித்து இறந்த அஞ்சலியின் பிணம் உடல் முழுவதும் இரத்தமாக கிடக்க, அவள் பின்னால் சலவை இயந்திரத்தில் இறந்துகிடந்த ஆனைமலை சாமியாரின் பிணம் கழுத்தில் கத்தி குத்திய காயத்துடன் கிடக்க, அதன் பின்னால் மூணாவதாக தலையே இல்லாமல் இரத்த வெள்ளத்தில் ஒரு முண்டம் கிடைக்கிறது.

காவலர் ராஜ் பயத்தில் அலறுகிறான்.

மருத்துவமனையில்...

மருத்துவமனைக்கு வெளியே வரும் மருத்துவமனை ஊழியர் கார்த்திக் பிணவறைக்குள்ளே போகிறான். அங்கு ஒரு பிணத்தை வெள்ளை துணியால் முழுவதும் மூடியிருக்க அந்த துணியை விலக்குகிறான்.

அது விபத்தில் இறந்த கதிரின் பிணம், அதிர்ச்சி அடைகிறான் கார்த்திக், "இவன்.... அந்த பெரியவீட்டு கதிர்தான... காணல காணலணு தேடபட்ட கதிர் விபத்துல செத்து போயிட்டானா???"

ஆனால் கதிரின் பிணத்தில் பணக்காரனுக்குள்ள எந்த அறிகுறியும் இல்லை.

"இவன் தான் பெரிய பணக்காரனாச்சே... நகைகள்லாம் எதையும் காணல... என்னவாகிருக்கும்..." கார்த்திக் தனக்குள்ளே சிந்தித்து குழம்புகிறான்.

12 மணி நேரத்துக்கு முன்

பிப்ரவரி 14, 2015, பிற்பகல் 5.30PM

சாலையோரத்தில்....

சாலையோரத்தில் கதிர் விபத்துக்குள்ளாகி இறந்து கிடக்க அதை பார்க்கும் இரு நண்பர்களில் செல்வன் அந்த தகவலை கதிர் மனைவி அஞ்சலியிடம் கூற, பாலஜியோ கதிர் கழுத்தில் இருக்கும் தங்கசங்கிலியை பார்கிறான்.

பாலாஜி, "டேய் போன கட் பண்ணு..."

செல்வன், "ம்ம்ம்... முதலயே பண்ணிட்டேன். என்னடா???"

பாலாஜி, "டேய்... அவன் கழுத்துல செயின பாரு... 10 பவுன் தேறும... உடம்பு பூராவும் நகையாக தான் இருக்கு...

சுத்தியாரும் இல்ல. கூட்டம் கூடுரதுக்குள்ள இருக்கிறது எல்லாம் உருவிட்டு ஓடிடுவோம்...," தன்னுடைய திட்டத்தை சொல்ல செல்வன் மகிழ்ச்சியாகிறான்.

"செம... செமடா..."

பாலாஜி, "முதல்ல அவன் போன அணச்சி சிம்-ஐ கலத்தி தூர போடு..."

"ஓகே மச்சி..." செல்வன் உடனே கதிரின் போனை அணைக்கிறான்.

சாயங்காலம் 6.00PM

பாலாஜி இறந்து கிடக்கும் கதிரின் கிட்டபோய் அவன் உடம்பில் இருக்கும் நகைகளை திருடுகிறான்.

மருத்துவமனையில்...

பிப்ரவரி 15, 2015, அதிகாலை 6.00AM

பிணவறையில் குழம்பிக்கொண்டே கார்த்திக் கதிரின் பிணத்தை வெள்ளைத்துணியால் மூடி உள்ளே வைக்கிறான்.

"முதல்ல கதிர் இறந்தத டாக்டர் கிட்ட போய் சொல்லணும்..." சொல்லிக்கொண்டு உடனடியாக டாக்டரை பார்க்க கிளம்புகிறான் கார்த்திக்.

11. இரவின் இறுதி வேட்டை பேய் இருக்குது

மருத்துவமனையின் உள்ளே...

பிப்ரவரி 15, 2015, காலை 6.00AM

டாக்டர் பிரேமின் அறையில் மதுமிதாவும், அருணும் அந்த இரண்டாம் கோப்பை பார்கின்றனர்.

"அப்போ நாம ஒரு வருசத்துக்கு முன்னாடியே செத்து போய்ட்டமாடா??" அதிர்ச்சியோடு கேட்கிறாள் மதுமிதா.

"ஆமா...," அருண் ஆக்ரோஷமாக முறைத்தபிடி தலையாட்டுகிறான்.

அப்போது அந்த அறைக்கு டாக்டர் பிரேம் வருகிறார். அங்கு இருக்கும் மதுமிதாவையும், அருணையும் பார்கிறார். அவர்கள் பேய் என்பதை உணராத டாக்டர், தன் அனுமதி இல்லாமலேயே தன் அறைக்குள் வந்ததால் கோவத்தோடு பேசுகிறார்,

"ஹலோ... யார் கிட்ட கேட்டுட்டு இங்க வந்திங்க?? உங்கள யாரு உள்ள விட்டது??"

உடனே மதுமிதாவும், அருணும் டாக்டரை பார்த்து முறைகின்றனர். அவர்கள் இருவரின் கண்கள் முழுவதும் உடனே கருப்பாக மாறுகிறது.

டாக்டர் அவர்களை பார்த்து அதிர்ச்சியாகிறார்.

பெரியவீட்டின் மாடியில்...

காவலர் ராஜ் அந்த ஒத்தை அறையில் இருந்து விழுந்த மூன்று பிணத்தையும் பார்த்து அலற அங்கு ஓடி வருகிறான் சாமியார் உதவியாள்.

சாமியார் உதவியாள் அந்த மூன்று பிணத்தையும் பார்க்கிறான். அந்த பிணத்தில் ஒன்றுதான் இவ்ளோ நேரம் தன் முன் நின்று உறுமிக்கொண்டிருந்த தன் குரு ஆனைமலை சாமியார் என்பதை அறியும் போது அவனுக்கு மூச்சே நின்றது போல் ஆகிறது.

சாமியார் உதவியாள் பதட்டத்தில், “ஐயோ சாமி... என்னாச்சி உங்களுக்கு...,” அதிர்ச்சியாகி பிணமாய் கிடக்கும் ஆனைமலை சாமியாரை ஓடி போய் தூக்குறான், அப்போது அவர்க்கு உயிர் இல்லை என்பதை உறுதியாக உணர்கிறான்.

“ஐயோ உயிர் இல்ல... சாமி உங்களுக்கு என்னாச்சி...” புலம்புகிறான் சாமியார் உதவியாள்.

இதை பார்த்து, பயத்தில் சிலை போல நின்ன காவலர் ராஜ் நடுக்கத்தோட பேசுகிறான்,

“அப்போ இவர் தான் கொஞ்சம் முன்னாடி உங்க கண்ணுக்கு தெரிஞ்ச உங்க குருவா??”

சாமியார் உதவியாள் பதட்டதோடவே, “ஆமா....”

ராஜ், “உங்க குருவையே போட்டாங்களா....”

இருவரும் பயந்து கொண்டிருக்க, அப்போது காவலர் ராஜ்க்கு அந்த உறுமல் சத்தம் கேட்கிறது.

ராஜ் பயத்துடனே, “பின்னால ஏதோ உறுமல் சத்தம் கேட்குது....”

சாமியார் உதவியாள், “இப்போ உனக்கும் கேக்க ஆரம்பிச்சிட்டா??”

இருவரும் அதிர்ச்சியில் ஒருவர் முகத்தை ஒருவர் பார்கின்றனர்.

பெரியவீட்டின் உள்ளே...

அஞ்சலி படுக்கை அறையில் காவல்துறை மேலாளர் கண்ணனை பார்த்து கோவத்தில் முறைத்துக்கொண்டே பேசுகிறாள், "நீ பேய் இருக்குன்னு நம்பலேலா? அப்போ பேய்ய பாத்த நம்புவியா??"

"ஹா ஹா.... என்ன சிரிப்பு காட்டுறிங்களா??" கண்ணன் சிரிக்கிறான்.

அப்போது கண்ணனுக்கு பின்னால் படுக்கை அறைக்கு வெளியே யாரோ நடந்து போவது போல் சத்தம் கேட்கிறது.

சட்டென கண்ணன் திரும்பி தன் போன் வெளிச்சத்தை அங்கு அடித்து பார்க்க, ஆனால் அங்கு யாருமில்லை. அதனால் முன்னால் அஞ்சலி பக்கம் திரும்ப, அங்கையோ பயங்கரமான கோர உருவத்தில் அஞ்சலி.

பயந்து தள்ளி போய் கீழே விழுகிறான் கண்ணன். அப்போது தன் கையில் இருந்த போன் வெளிச்சம் அணைகிறது, அந்த அறை முழுவதும் இருட்டாகிறது.

சட்டென அவன் போன் வெளிச்சத்தை போட்டு பயத்தோடவே அந்த வெளிச்சத்தை கட்டிலின் மேல் அஞ்சலி பக்கம் அடிக்க, இப்போது கட்டிலில் அஞ்சலியை காணவில்லை.

அதிர்ச்சியாகும் கண்ணன் படுக்கை அறையை விட்டு எழுந்து வெளியே ஓடுகிறான்.

படுக்கை அறையில் இருந்து வெளியே வரும் கண்ணன் கீழே போவதற்காக படிக்கட்டை நோக்கி ஓட, படிகிட்ட வரும் போது அங்கு யாரோ ஒருவன்

நிற்கிறான். கண்ணன் அந்த இருட்டிலும் பயத்திலும் அதை கவனிக்காமல் அவனை பலமாக மோதி படுக்கை அறையின் கதவுகிட்ட போய் விழுகிறான்.

கண்ணன் பயத்தின் உச்சிக்கே போகிறான், “யாரது...” நடுக்கத்தோடவே கேட்கும் கண்ணன் தன் போன் வெளிச்சத்தை அந்த படிக்கட்டை நோக்கி காட்ட, அங்கு ஒரு ஆள் நிற்பது தெரிகிறது. கண்ணன் அந்த ஆளின் முகத்துக்கு நேராக வெளிச்சத்தை காட்ட, அந்த ஆள் கதிர்.

படிகட்டுகிட்ட நிற்கும் கதிர், கண்ணனை பார்த்து கோபமாக முறைக்கிறான்.

மருத்துவமனையில்...

தீவிர சிகிச்சை பிரிவில் பயத்தில் திவ்யாவிடம் புலம்பிக் கொண்டிருக்கிறான் சிவா, “திவ்யா... உன் கிட்ட தான்டி பேசுறேன்... கத்திய கொடு... எனக்கு கத்தி வேணும்...”

திவ்யாவும் பதட்டத்தோடவே, “இல்ல... இல்ல நான் கத்திய தர மாட்டேன். நான் உன்ன சாக விட மாட்டேன்...” பதில் சொல்கிறாள்.

பெரியவீட்டின் மாடியில்...

காவலர் ராஜும், சாமியார் உதவியாளும் அதிர்ச்சியில் ஒருவர் முகத்தை ஒருவர் பார்த்து கொண்டிருக்க அவர்கள் பின்னால் கேட்ட அந்த உறுமல் சத்தம் இன்னும் கூடுகிறது.

பயத்துடனே இருவரும் உறுமல் சத்தத்தை நோக்கி திரும்புகின்றனர், ஆனால் அங்கு ஆனைமலை சாமியார் இல்லை.

காவலர் ராஜ் பதட்டதோட, “சாமி.... எனக்கு இப்போவும் அந்த சாமியார் தெரியல, உறுமல் சத்தம் மட்டும் தான் கேக்கு, அப்போ... அப்போ எனக்கு ஒன்னும் அகாதுலா??” சொல்லிக்கொண்டு பயத்தில் மூச்சி வாங்குகிறான்.

சாமியார் உதவியாள், “இல்லை... இப்போது எனக்கும் சாமியார் தெரியல....”

இதை கேட்டு ராஜ் மேலும் நடுங்க, இருவருக்கும் உறுமல் சத்தம் மட்டும் கேட்டுக்கொண்டே இருக்கிறது.

சட்டென அவர்கள் பின்னால் தோன்றுகிறார் ஆனைமலை சாமியார். இருவர் கழுத்தையும் பிடித்து அவர்களை மொத்தமாக தூக்கி தரையில் ஓங்கி அடித்துவிட்டு மறைகிறார். கழுத்து உடைந்து இருவரும் மரண ஓலத்தோடு துடிதுடித்து இறகின்றனர்.

இப்போது மாடியில் அஞ்சலி, ஆனைமலை சாமியார் மற்றும் அந்த தலையில்லாத முண்டம் என மூன்று பிணத்தோடு கூடுதலாக கழுத்து உடைந்து இறந்த காவலர் ராஜ் மற்றும் சாமியார் உதவியாள் பிணமும் கிடக்கிறது.

பெரியவீட்டின் உள்ளே...

காவல்துறை மேலாளர் கண்ணன் தன் போன் வெளிச்சத்தால் இருட்டில் படிகட்டுகிட்ட நிற்கும் கதிரின் முகத்தை பார்கிறான்.

கதிரோ கண்ணனை கோபமாக முறைக்கிறான்.

பயத்தில் இருக்கும் கண்ணனோ நடுக்கத்தோட பேச ஆரம்பிக்கிறான், “கதிர்... கதிர் நீ வீட்ல தான் இருக்கியா?? இங்க என்ன நடக்குது?? நான் ரொம்ப பயந்து போய் இருக்கேன்....”

ஆனால் கதிரிடம் இருந்து எந்த பதிலும் இல்லை.

அப்போது அங்கே நீர் துளி விழும் சத்தம் கேட்கிறது. கதிர் முறைத்து கொண்டே இருக்கிறான். நீர் துளி விழும் சத்தம் திரும்பவும் கேட்க அது கதிர் கிட்ட தான் இருந்து வருகிறது என்பதை அறியும் கண்ணன் தன் போன் வெளிச்சத்தால் கதிரின் கையை பார்க்க, கதிர் கையில் வெட்டபட்ட ஒரு தலை இருக்கிறது.

அந்த வெட்டப்பட்ட தலையின் கழுத்தில் இருந்து இரத்தம் வடியும் சத்தமே அந்த நீர்துளி விழும் சத்தம்.

அந்த தலையை கண்ணன் கூர்ந்து கவனிக்க அது சிவாவின் தலை.

மேலே மாடியில் தலையில்லாமல் கிடந்த முண்டம் சிவாவினுடையது.

சிவா ஏற்கனவே செத்து போய்ட்டான் என்பதை அறியும் கண்ணனுக்கு உயிர் நாடியே நிற்றது போல் ஆகிறது, "சிவா.... செத்து போயிட்டானா???"

கதிர் முறைத்துக்கொண்டே பேசுகிறான், "இப்போ சொல்லுடா... பேய் இருக்கா? இல்லையா??"

அப்போது படுக்கை அறையில் அஞ்சலி அழும் சத்தம் கேட்கிறது.

கண்ணன் பயத்தில் நடுங்க, சட்டென கதிர் கோர பற்களோடு கண்ணனின் கழுத்தை வந்து கடிக்க, பயங்கர அலறல் சத்தத்தோடு கண்ணனின் போன் வெளிச்சமும் அணைந்து மொத்த வீடும் இருட்டாகிறது.

மருத்துவமனையில்...

தீவிர சிகிச்சை பிரிவில் கத்தியை கேட்கும் சிவா திவ்யாவிடம் கோவமாகிறான், "கத்திய தரபோறயா இல்லையா??"

எதிரே இருக்கும் சிவா இறந்துவிட்டான் என்பதை அறியாத திவ்யா கெஞ்சல் குரலில், "புரிஞ்சிகோடா. நீ சாகமாட்டடா... நான் உன்ன காப்பதுறேன்..." ஆறுதல் சொல்ல முயற்சிக்கிறாள்.

இதை கேட்ட சிவா சத்தமாக சிரிக்கிறான், "முதல உன்ன காப்பாத்த முடியுமானு பாருடி..."

இதை கேட்டக்கும் திவ்யா அதிர்ச்சியாகி சிவாவை பார்க்கிறாள், சிவா இன்னும் சத்தமாக சிரிக்கிறான்.

உடனே கத்தி வைத்திருந்த லாக்கர் தானாக வளைந்து ஒடிந்து திறக்கிறது.

சிவா சிரித்துகொண்டே, "என்னடி முழிக்கிற... நான் உன்கிட்ட போன் பண்ணி முடிச்சதுமே என்னோட தலைய அறுத்துடாங்க... ஒரு பேய்ய இங்க தூக்கி வந்து சிகிச்ச வேற பண்ணிட்டு இருக்கீங்க...," இன்னும் பயங்கரமாக சிரிக்கிறான்.

திவ்யா எழுந்து வெளியே ஓட முயற்சிக்கிறாள். ஆனால் இருந்த இடத்தில் இருந்து அவளால் அசைய கூட முடியவில்லை. கத்த முயற்சிகிறாள், ஆனால் அவளால் வாயை திறக்க கூட முடியவில்லை.

அப்போது லாக்கரில் உள்ள கத்தி கிடுகிடுவென ஆடி பறந்து சிவா கிட்ட வர அதை தனது வலது கையால் பிடிக்கிறான்.

கத்தியை பிடித்ததும் தன் சிரிப்பை நிறுத்துகிறான்.

"கத்தி... நான் சாக கேக்கலடி... உன்ன... உன்ன... செய்ரதுக்கு தான்..."

சிவா இதை சொல்லி கொண்டே தான் இருந்த கட்டிலில் இருந்து பறந்து வந்து பக்கத்தில் அசையமுடியாமல் இருந்த திவ்யாவின் சங்கில் கத்தியால் குத்துகிறான். இரத்தம் சிவாவின் முகத்தில் தெறிக்க அவன் முகம் கோர பற்களுடன் கொடூரமாய் மாறுகிறது...

மருத்துவமனையில்...

மருத்துவமனை ஊழியர் கார்த்திக் கதிர் இறந்ததை டாக்டர் பிரேமிடம் சொல்ல அவருடைய அறைக்கு வருகிறான். உள்ளே டாக்டர் தன்னுடைய நாற்காலியில் திரும்பி உட்கார்ந்தபடி இருக்கிறார்.

"டாக்டர்...," கூப்பிட்டுக்கொண்டே டாக்டரின் மேசையின் முன் போகிறான் கார்த்திக்.

மேசையின் மேல் அந்த இரண்டாம் கோப்பு திறந்தே இருக்க அதை பார்க்கும் கார்த்திக்கு மதுமிதாவும், அருணும் இறந்து விட்டது தெரிகிறது.

"இவங்க செத்து போய்டாங்களா?? இவங்கள கொஞ்ச முன்னாடி தான நான் பாத்தேன்...," பதட்டத்துடன் கார்த்திக் டாக்டர் கிட்ட போய் திரும்பி இருக்கும் டாக்டர் நாற்காலியை தொட அது திரும்பிகிறது.

நாற்காலியில் கண்கள் நோண்டி எடுக்க பட்ட நிலையில் அந்த குழியில் இருந்து இரத்தம் வடிய, வாய் அகோரமாக பிளந்த நிலையில் டாக்டரின் பிணம்.

அதை பார்த்த மாத்திரத்தில் கீழே போய்விழும் கார்த்திக், உடனே எழுந்து வெளியே ஓட பார்கிறான்.

ஆனால் அந்த அறையின் கதவை காணவில்லை, ஜன்னலும் இல்லை, சுத்தி மூடியபடி மாறி இருக்கிறது.

அப்போது பயங்கரமான சிரிப்பு சத்தம் கேட்கிறது. நடுவில் அகோரமாய் டாக்டரின் பிணம். மிகுந்த பயத்தோடு சுத்தி பார்கிறான் கார்த்திக், அங்கு மேசையில் அறுவை சிகிச்சை செய்யும் டாக்டரின் கத்தி இருக்கிறது. நடுக்கத்தோடு அதை எடுக்கிறான். பயத்தில் சாக துணிகிறான், தன்னுடைய கழுத்தை அந்த கத்தியால் அறுக்கிறான். அவன் கழுத்தில் இருந்து இரத்தம் பீச்சிடுகிறது. கடுமையான வலியோட கீழே விழுகிறான். கண்கள் திறந்தபடியே அவன் உயிர்பிரிகிறது.

காலை 7.00AM

ராயபுரத்தில் இருக்கும் பாலாஜியின் சிறிய ஓட்டு வீட்டிற்குள்...

பாலாஜியும் செல்வனும் விபத்தில் இறந்த கதிரிடம் கொள்ளையடித்த நகைகளை பார்த்து கொண்டிருகின்றனர். பாலாஜி பேச ஆரம்பிக்கிறான்,

"இப்படி தெனமும் ஒரு கிறுக்கன் செத்தான்னா. நம்ம காட்ல மழைதான் இல்ல..."

செல்வன், "ஆமாடா... நேத்து செம வேட்டைலா."

அப்போது செல்வனிடம் இருக்கும் கதிருடைய போன் மணி அடிக்கிறது. அவன் அதை எடுத்து பார்கிறான். போனில் கதிரின் பெயரோடு அவன் புகைப்படமும் தெரிந்தபடி மணி அடிக்கிறது.

அதை பார்க்கும் செல்வன் அதிர்ச்சியாகிறான்.

"டேய்.... நேத்து விபத்துல செத்து போனவனோட போன்ல இருந்து அவன் போட்டோவோட கால் வருதுடா..."

"என்னடா சொல்லற??" பாலாஜியும் அதிர்ச்சியாகிறான்.

“ஆமாடா.... நீயே பாரு,” செல்வன் பாலாஜியிடம் அந்த போனை பயத்தோட காட்டுகிறான்.

அதை பார்க்கும் பாலாஜி கோவத்தோடு பேச ஆரம்பிக்கிறான், “அவனுக்கு தெரிஞ்சவங்க யாராவது இருக்கும். கட் பண்ணுடா முதல... நீ இன்னும் அந்த சிம்ம தூர போடலையா??”

“டேய் நேத்து உன் முன்னாடி தானடா சிம்ம கலத்தி தூரபோட்டேன்...” செல்வன் பேசிக் கொண்டே கட் பண்ண முயற்சி பண்ணுகிறான். ஆனால் முடியவில்லை, “டேய் கட் பண்ணவும் முடியலடா...,” மேலும் அதிர்ச்சியாகிறான் செல்வன்.

பாலாஜியோ எரிச்சலோடு, “சரி அப்போ போன ஆப் பண்ணு...”

செல்வன் பயத்தோடு, “நேத்துல இருந்தே போன் ஆப்ல தான்டா இருக்கு.”

பாலாஜி லேசாக பயப்படுகிறான், “சரி அப்போ இப்போ சுவிட்ச் ஆப் பண்ணுடா...”

செல்வன் இப்போது போனை ஆப் பண்ண முயற்சிக்கிறான், ஆனால் முடியவில்லை. கதிர் புகைப்படத்தோட மணியடித்துக்கொண்டே இருக்கிறது.

“டேய். முடியலடா...” செல்வன் பயந்து கொண்டே, “டேய் பேய்யா இருக்குமோ??”

“அந்த போனை இங்க கொடு,” செல்வனிடம் இருந்து போனை வாங்குகிறான் பாலாஜி.

பாலாஜி அந்த போனை அணைக்க முயற்சி பண்ணி பார்கிறான். ஆனால் அவனாலயும் முடியவில்லை, அது மணியடித்துக்கொண்டே இருக்கிறது, உடனே அதை கீழே போட்டு உடைக்கிறான். சுக்கு நூறாக உடைந்த அந்த போனின் மணி சத்தம் நிற்கிறது.

பாலாஜி, “பேயாது பிசாசாது... வேலைய பாருடா...,” அதை உடைத்தபடியே சொல்ல செல்வனுக்கு கொஞ்சம் நிம்மதியாகிறது, ஆனால் அது ரொம்ப நேரம் நீடிக்கவில்லை.

கீழே விழுந்து உடைந்த போன் திரும்பவும் மணியடிகிறது.

இருவரும் அதிர்ச்சியில் நடுங்குகின்றனர்.

சட்டென போனில் சத்தம் நிற்கிறது. இருவரும் ஒருவரை ஒருவர் பார்த்து கொஞ்சம் நிம்மதியில் புன்னகைக்க, ஆனால் அந்த சந்தோசமும் ரொம்ப நேரம் நீடிக்கவில்லை.

போனில் இருந்து ஒரு கனத்த குரல் கேட்கிறது,

“செல்லக்குட்டின்களா... என் கிட்ட இருந்தே ஆட்டய போடுறீங்களா??” கதிரின் குரல்...

பயத்தில் அலறிக்கொண்டே இருவரும் வீட்டில் இருந்து வெளியே ஓடுகின்றனர்.

ஆனால் வெளியே வந்து பார்த்தால் பேரதிர்ச்சி...

அவர்கள் இருவரும் பெரிய வீட்டின் மாடியில் அந்த ஒத்தை அறைக்கு வெளியே நிற்கின்றனர். பதட்டத்தோடவே சுத்தி பார்த்துவிட்டு பின்னால் திரும்ப, அங்கு அந்த ஒத்தை அறைக்குள் கடுஞ்சிவப்பு கண்களுடன் பயங்கர கோவத்தோடு கதிர் நிற்கிறான்.

பெரிய வீடு

அன்று காலை 9.30AM

கதிர் தன்னுடைய பெரிய வீட்டின் மாடியில் நின்று உங்களிடம் பேசுகிறான்.

"நடந்ததெல்லாம் சொல்லிட்டேன்... இப்போ சொல்லுங்க, பேய் இருக்கா? இல்லையா?? நீங்க நம்புறிங்களோ இல்லையோ நான் நம்புறேன்... பேய் இருக்கு... ஏன்னா நானே பேய் தான்... ஆனா பேய்தான் தன்ன பத்தி தெரிஞ்சவங்கள உயிரோட விடாதே... அப்போ நான் எப்படி உங்கள உயிரோட விடுறதாம்... வரேன்... உங்கள தேடி உங்க வீட்டுக்கே வரேன்..."

கதிருடைய முகம் கொடூரமாக மாறுகிறது...

இதுக்கு மேல இங்க இருக்காதிங்க... உங்க உயிரை காப்பாத்திக்க இங்க இருந்து ஓடிருங்க...